અનુશીલન

(સ્વાધ્યાય લેખો)

સ્મિતા શાહ

Made with ♥ on the Notion Press Platform
www.notionpress.com

સામગ્રી

પ્રસ્તાવના v

1. નર્મદના નિબંધો 1

2. તુલનાત્મક અભ્યાસ 9

3. જીવનનું પરોઢ 18

4. ક્રોસ રોડ 27

5. રાગ દરબારી 37

6. બોમગાર્ટનર્સ બોમ્બે 47

7. નિર્વિકલ્પ 56

8. ચીનુ મોદીના એકાંકી 62

9. કવિ કાન્ત 71

10. અગનપંખ 77

11. ઈઝાબેલા 84

12. ઝંખના પરોઢની 94

13. બત્રીસ પૂતળી 104

14. જ્ઞાન વહેંચવાનો અતિરેક 114

15. બોરસલ્લીની પાનખર 122

16. મનસ્વિની 130

17. બારણું 132

18. મનોપચાર 134

પ્રસ્તાવના

2011માં ગુજરાતી સાહિત્ય પરિષદમાં ચાલતી "અભિરુચિ" સંસ્થામાં જોડાઈ હતી. મહિનાના ત્રીજા બુધવારે આ સભા મળે છે. વિવિધ ભાષાઓની સાહિત્ય કૃતિઓનો તલસ્પર્શી અભ્યાસ સંસ્થાનો મૂળ આશય છે. સાહિત્યના વિવિધ પ્રકાર જેવા કે કાવ્ય, નાટક, નિબંધ, ટૂંકી વાર્તા, નવલકથા, આત્મકથા વગેરે વિષયોમાંથી દર વર્ષે કોઈપણ એક વિષય નક્કી કરવામાં આવે છે. જાન્યુઆરી મહિનામાં એ વિષયના ઉઘાડ માટે વિદ્વાન અતિથિને બોલાવવામાં આવે છે અને ડિસેમ્બર મહિના સુધી એ જ વિષયની જુદી જુદી કૃતિઓ ઉપર વક્તવ્ય યોજાય છે. પહેલા વર્ષે में દરેક બહેનોના વક્તવ્ય સાંભળ્યા અને કેવી રીતે તૈયાર કરવામાં આવે છે તેમાં રસ લીધો. બીજા વર્ષથી અર્થાત 2012થી में પણ વક્તવ્ય આપવાનું શરૂ કર્યું. વિદૂષી બહેનોનો સાથ મળ્યો અને તેમના સહકારથી વક્તવ્ય તૈયાર કરતી અને આપતી. में કુલ 12 વક્તવ્ય અભિરુચિમાં આપ્યા છે. જેમાં મોટાભાગની કૃતિઓ ગુજરાતી છે પણ તેમાં હિંદી, અંગ્રેજી અને અનુવાદિત કૃતિઓનો પણ સમાવેશ થાય છે.

2016માં આદરણીય સાહિત્યકાર પૂ. ધીરુબેન પટેલે વિશ્વકોશમાં "વિશ્વા" નામની બહેનોની સંસ્થા શરૂ કરી જેનો ઉદ્દેશ બહેનો લખતી થાય એ હતો. ત્યાં પણ હું જોડાઈ. ત્યાં પણ એકવાર જાતે જ વિષય પસંદ કરીને વક્તવ્ય આપવાનો મોકો મળ્યો હતો. "જ્ઞાન વહેંચવાનો અતિરેક" વિષય ઉપર વક્તવ્ય આપ્યું હતું, જે પૂ. ધીરુબેનને ખૂબ ગમ્યું હતું. તે ઉપરાંત એક નવલકથા અને બે ટૂંકી વાર્તાઓ વિશે પણ બોલવાનું થયું હતું. 2012માં ઓગસ્ટ મહિનામાં "વિચારવલોણું" સામાયિકમાં મારી "મનોપચાર" નામની કૃતિ પ્રગટ થઈ હતી. જે અંગ્રેજી લેખિકા લૂઈ હે ની "યુ કેન હીલ યોર લાઈફ"નો સંક્ષિપ્ત ભાવાનુવાદ હતો. પુસ્તકને સારો આવકાર મળ્યો હતો. ગુજરાતી સાહિત્ય પરિષદમાં "પાક્ષિકી" ચલાવતા શ્રી હરીશભાઈ ખત્રીએ વક્તવ્ય આપવાનું આમંત્રણ આપ્યું હતું.

આ બધા જ વક્તવ્યો અર્થાત્ સ્વાધ્યાય લેખો આપની સમક્ષ રજૂ કરતાં આનંદ અનુભવું છું. "અભિરુચિ"ના અનન્ય પ્રિયજનો આદરણીય અનિલાબેન દલાલ અને રૂપાબેન શેઠના સ્નેહાળ માર્ગદર્શન માટે રાજીપો વ્યક્ત કરું છું. દીકરી હિમાની અને દીકરા દર્શનના સહયોગની ઋણી છું. પુસ્તકના પ્રકાશન માટે ભાઈ સંજય શિયાદનો આભાર માનવાનું કેવી રીતે ભૂલાય?

સ્મિતા પિનાકીન શાહ
17, નિશાંત બંગલોઝ વિ.1
બિલેશ્વર મહાદેવની સામે
શ્યામલ ચાર રસ્તા પાસે
સેટેલાઈટ રોડ,
અમદાવાદ - 380015
મો. 9898380053

1
નર્મદના નિબંધો

નર્મદના નિબંધો વિશે વાત કરતાં પહેલાં નિબંધના સ્વરૂપ વિશે વાત કરું તો આજે નિબંધનું સ્વરૂપ ઘણું વ્યાપક છે. આજથી 180 વર્ષ પહેલાં નર્મદના યુગમાં નિબંધ લખવાની શરૂઆત થઈ. "મંડળી મળવાથી થતાં લાભ." એ નર્મદનો પ્રથમ સંક્ષિપ્ત નિબંધ ગણાયો છે. જે 1851માં પ્રગટ થયો છે. એટલું જ નહીં પણ જીવનભર આવા અનેક સંક્ષિપ્ત નિબંધો લખીને આ સાહિત્યકારે નિબંધ પ્રકાર આપણે ત્યાં સદા માટે રૂઢ કર્યો માટે નિબંધના જનક કહેવાયા. પણ ત્યાર બાદ સમયાંતરે ગુજરાતી ગદ્યના ઉત્તમોત્તમ નિબંધો આપણને મળતા ગયા છે.

નિબંધના અનેક ક્ષેત્રમાં આપણને અનુગામીઓ દ્વારા કેટલાક ઉત્તમ નિબંધો મળ્યા છે. ખાસ કરીને છેલ્લા દાયકાઓમાં ગુજરાતી નિબંધક્ષેત્રે ગ્રામ્ય ચેતનાના નિબંધો જેવા કે "મારો અસબાબ" જનક ત્રિવેદી, "સ્ટેચ્યુ" અનિલ જોશી, "વાડાનું બારણું" અનુપમ બુચના નિબંધો જુદા પડે છે. દાખલા તરીકે ભૂંસાતા ગ્રામચિત્રોનાં નિબંધો આપણને પ્રકૃતિ સૌંદર્યના પ્રદેશમાં લઈ જાય છે. ગાંધીજી અને ગાંધીયુગનો નિબંધ રાજધર્મ, નીતિ, માનવ કલ્યાણ, સત્ય, શિવ, અહિંસાના સંદર્ભમાં મળે છે. કાકા સાહેબ નિબંધને જીવનની લગોલગ રહીને પ્રકૃતિના મનોહર પ્રદેશમાં લઈ જાય છે. કાકા સાહેબે નિબંધ વિશે નિબંધ લખ્યો છે. જેમાં તેમણે નિબંધની વ્યાખ્યા બાંધી છે :

લિટરેચર વગરનું લિટરેચર તે નિબંધ." એનું વિસ્તરણ કરતાં કહ્યું છે કે, નિબંધનું મુખ્ય લક્ષણ એ છે કે તેમાં વાચકની સાથે પરિચિતપણાનો સંબંધ હોય - એક જાતની વ્યક્તિગત અપીલ હોય અને સીધી ભાષામાં મનની વાત કહી દીધી હોય...." કાકા સાહેબે લલિત નિબંધની આ યોગ્ય વ્યાખ્યા આપણને આપી; એટલું જ નહીં, ગુજરાતી સાહિત્યના લલિત નિબંધકાર પણ એ જ કહેવાયા છે.

નર્મદનો જન્મ 1833ની 24 મી ઓગસ્ટે સુરતમાં થયો હતો. તેમનું આખું નામ નર્મદાશંકર લાલશંકર દવે છે. પણ તેઓ વીર નર્મદના નામથી જ ઓળખાય છે. વીર એટલા માટે કહેવામાં આવે છે કે, એક યુનિવર્સિટી જેટલા કામ તેમને એકલા પંડે કર્યા છે. 17 વર્ષની વયે મુંબઈમાં બુદ્ધિવર્ધક સભાની સ્થાપના કરી હતી. એકાદ વર્ષ જ્ઞાનસાગર નામનું સાપ્તાહિક ચલાવ્યું અને વર્નાક્યુલર સોસાયટીના અધ્યક્ષ બન્યા હતા. તેમના 53 વર્ષના આયુષ્યમાં તેમણે એટલા મોટા કામો કર્યા અને તેથી સમાજમાં વખણાયા પણ ખરાં અને વખોડાયા પણ ખરાં. તેમની છેલ્લી માંદગીમાં અવસાન બાદ શોક સંદેશનું કાવ્ય લખ્યું છે. તેમાં તેમના જીવનનો સાર આવી જાય છે. તેની પંક્તિ છે :

નવ કરશો કોઈ શોક રસિકડાં, નવ કરશો કોઈ શોક,
યથાશક્તિ રસપાન કરાવ્યું, સેવા કીધી બનતી,
વીર, સત્ય, રસીકતા, ટેકીપણું અરિ પણ ગાશે દિલથી.

વીર અર્થાત્ વીરતામાં મિત્રની પડખે ઊભા રહ્યા. 1860 મહારાજ લાયબલ કેસ ચાલતો હતો તે સમયે મિત્ર કરસનદાસ મૂળજીની પડખે અડીખમ ઊભા રહ્યા. ધાર્મિક સુધારણા, વિધવા વિવાહ, સામાજિક સુધારણામાં પણ જરાય ડગ્યા નહીં. સત્ય માટે લડવામાં અનેક આપત્તિઓ આવી. "દાંડિયો"માં સત્ય અને સુધારાવાદી લખાણ લખ્યું, તેનો ભારે વિરોધ થયો એટલે ફાયનાન્સરો નારાજ થયા. દાંડિયો ચાર વાર બંધ પડ્યું અને પાછું શરુ થયું. તેમનું સત્ય અને વીરતા બેજોડ છે. વીરવૃત્ત છંદ તેમણે શોધ્યો અને કહ્યું, વીરતા જ્યાં ઝળહળી ઊઠે તે વીરવૃત્ત. રસિકતા એટલે ભરપૂર જીવન જીવવાની અને માણવાની

તેમની હોંશ હતી. અને ખરેખર સભર જીવન જીવ્યા. દુશ્મનાવટ, મિત્રતા બધું જ સહન કરીને પણ પ્રસન્ન જીવન જીવ્યા. જીવન જીવવાની કળા તેમને હસ્તગત હતી. ટેકીપણું એટલે એકવાર નક્કી કર્યું પછી મીનમેખ વળગી રહેવું એવું સિદ્ધાંતમય જીવન જીવ્યા. "કલમ હવે તારા ખોળે છું." એવી પ્રતિક્ષા 24 વર્ષ પાળી અને છેલ્લે અનેક મુશ્કેલીઓથી ઘેરાઈ જતાં ટેકીપણું છોડવું પડ્યું અને તેમનાં મિત્ર ગોકળદાસ તેજપાળના ધર્માદા ખાતામાં નોકરી સ્વીકારવી પડી એ વેદનાનું હ્રદય સ્પશી વર્ણન તેમની આત્મકથા "મારી હકીકત"માં છે.

ગુજરાતી સાહિત્યના જનક તરીકે પ્રથમ નિબંધકાર, પ્રથમ કોશકાર (નર્મકોશ), પ્રથમ વ્યાકરણ (પિંગળ પ્રવેશ), પ્રથમ ઈતિહાસકાર (વિશ્વનો ઈતિહાસ), પ્રથમ ચરિત્રકાર (કવિ અને કવિ ચરિત્ર), પ્રથમ સંશોધનકાર (વીરવૃત્ત છંદ), પ્રથમ વિવેચનકાર, પ્રથમ પ્રકૃતિ કાવ્યકાર (કબીરવડ)ની ઉપલબ્ધિઓ તેમના નામે છે. તેમને મળેલા સન્માનોમાં તેમનો જન્મદિવસ 24મી ઓગસ્ટ ગુજરાતી ભાષા દિવસ તરીકે ઓળખાય છે. દક્ષિણ ગુજરાત યુનિવર્સિટીએ તેમના માનમાં 2004માં વીર નર્મદ દક્ષિણ ગુજરાત યુનિવર્સિટી નામકરણ કર્યું છે. 1940થી શ્રેષ્ઠ સાહિત્યકારને દર વર્ષે નર્મદ ચંદ્રક આપવામાં આવે છે. પ્રથમ ચંદ્રક જ્યોતીન્દ્ર દવેને અને છેલ્લો 2022માં વિનોદ જોશીને અર્પણ કરવામાં આવ્યો છે.

નર્મદના લખાણોને તેમના યુગ સંદર્ભથી જોવા માટે તે સમયની સામાજિક સ્થિતિ ઉપર નજર નાખીશું તો અંગ્રેજ શાસન ગુજરાતમાં સ્થપાયાને 34 વર્ષ થઈ ગયા હતા. અર્વાચીન યુગના અંગ્રેજી રાજના અનેક લક્ષણો જેવા કે, નવી ઢબની શાળાઓ. મુદ્રણયંત્ર, વર્તમાન પત્ર, રેલવે, ટેલિગ્રાફનું આગમન થઈ ચૂક્યું હતું. અર્વાચીન યુગના સાહિત્ય ઉપર અંગ્રેજોના વર્ચસ્વનો પ્રભાવ ભળ્યો હતો અને અનેક પરિવર્તનોના દ્વારો ખુલ્યા હતા. મુદ્રકયંત્ર શરૂ થતાં વર્તમાનપત્રો અને પુસ્તકો દ્વારા જ્ઞાન પ્રચારને વેગ મળ્યો હતો. સુધારાની ઝુંબેશ સાથે નવી કેળવણીને પ્રસાર વધ્યો અને પશ્ચિમના અનેક સાહિત્ય પ્રકાર

આપણાં સાહિત્યમાં પણ આવ્યા. તેમાં નિબંધ સ્વરૂપ પૂરેપૂરું વિકસ્યું હતું. મેકોલે, મિલ, કાર્લાઈલ, એડિસન અને સ્ટીલ જેવા સમર્થ સાહિત્યકારોના નિબંધો નવી સ્થાપાયેલી યુનિવર્સિટીઓનું આકર્ષણ બની ચૂક્યા હતા. એ જ નિબંધોમાંથી પ્રેરણા લઈને નર્મદે નિબંધો લખ્યા અને સર્વદેશીય જાગૃતિ આણી.

નર્મદના નિબંધો યુગધર્મી(periodical)છે. તેમાં એ સમયના (આશરે 200 વર્ષ પહેલાં) રાજકારણ, સમાજકારણ, અર્થકારણ અને ધર્મકારણ અંગે મુદ્દાઓ જણાવેલા છે અને તેથી આજે પણ તત્કાલીન યુગવતી પ્રવાહોને સમજવા માટે ઘણીબધી ઉપકારક ઐતિહાસિક સામગ્રી તેમાં પડેલી છે. તે રીતે પણ તેનું મૂલ્ય છે.

સૌથી પહેલાં તેમનો સર્વ પ્રથમ નિબંધ "મંડળી મળવાથી થતા લાભ" વિશે વાત કરીએ તો આ નિબંધમાં તેઓ સ્વદેશહિતચિંતક, સુધારક તેમજ સાહિત્યકાર તરીકે ઉભરી આવે છે. આ નિબંધ વારંવાર સુધારેલો-મઠારેલો છે. તેમણે પોતે કબુલ કર્યું છે કે 18 વર્ષની ઉંમરે લખેલો હોવાથી કસાયેલી કલમે, ઘણાં દાખલા અને મોટા વિચારોથી લખાવો જોઈએ તેવો લખાયો નથી.

શરૂઆતમાં જ તેઓ કહે છે, "આપણા દેશમાં થતાં લોકમાં આવી રીતે મંડળી મળવાનો ચાલ પ્રાચીન કાળમાં જોવા મળતો નથી પણ દૈવયોગે થોડા દિવસ થયા, આવી મંડળી મળવાનો સંપ્રદાય નીકળ્યો છે તેથી હું ઘણો આનંદ પામ્યો છઉં." તેમનું માનવું છે કે, ભાષણો કરવાથી અને નિબંધો વાંચવાથી ભાષા સુધરે છે. મનમાં રહેલી વાત બહાર આવે છે અને ભાષણ વંચાયા પછી સભામાં બેસનારાઓ શાસ્ત્રીઓની જેમ એકબીજાના દાખલા આપીને મત ખરા કે ખોટા એ વિશે વાત કરે છે અને પરિણામે આરંભેલી વાત ખરી કે ખોટી સાબિત થાય છે. નર્મદ એમ પણ કહે છે કે નિબંધ લખવા એ જેવી તેવી વાત નથી. તેઓ વિચારલક્ષી નિબંધકાર છે એટલે સ્પષ્ટ અને મુદ્દાસર લખે છે. "ચાર અથવા વધારે માણસો લાવણી અથવા ઈશ્કના ખ્યાલથી ટપ્પા ગાવા કે સાંભળવા બેસે, કેફ કરવા બેસે અથવા કોઈ તરેહનું

ટાયલું કરવા બેસે, તેમાં સઘળા વિદ્વાન હોય તો પણ તેને સભા અથવા મંડળી મળી છે તેમ કહેવાશે નહીં કારણ કે, એવા કામમાં સભ્યતા નથી. પણ ચાર અથવા વધારે માણસો એકઠા મળીને જ્ઞાનની અથવા શાસ્ત્રની ઇતિહાસની અથવા કોઈ જાતની વિદ્યાની ઈત્યાદિ અનેક પ્રકારના સુકર્મની વાર્તા અથવા ભાષણ કરે તો મંડળી અથવા સભા કહેવાશે. કારણ કે એમાં સભ્યતાનું કર્મ છે. ઉપરાંત મંડળી અથવા સભાનો બીજો અર્થ પણ બતાવે છે- ચાર અથવા વધારે માણસોને એક સ્થળે એકઠા બેસી એકાગ્રચિત્ત કરી એકવૃત્ત્યભિલાષી થવું. એક વાત સિદ્ધ કરવી અથવા સંપ રાખી એક દિલ થવું.''

નર્મદના નિબંધોમાં તેમણે સંપ ઉપર ઘણો ભાર મૂક્યો છે. "સંપ વિશે" એ શીર્ષકથી 14 પાનાનો સ્વતંત્ર નિબંધ લખ્યો છે. મંડળી મળવા ઉપર મહત્ત્વ નહીં આપે તો આપણો દેશ વધારે બેહાલ થઈ જશે- તૂટી જશે એમ તેઓ માને છે. દેશ તૂટી જવાથી હિંદુ રાજાઓના રાજ ગયા, ધન ગયું, સત્તા ગઈ અને આપણાં લોકો એવા તો આળસુ થઈને વિચારશૂન્ય થઈ ગયા છે કે ભણવું ગણવું નથી. અનેક વેપાર-રોજગાર બાજુમાં મૂકી ચકલે ચકલે એકઠાં મળીને ઠઠ્ઠામજાકમાં મગ્ન રહે છે અને બેઠા બેઠા લોકોની નિંદા કરે છે, એમાં જ આપણો દેશ નિર્ધન અવસ્થાએ પહોંચ્યો છે.

બીજા મુદ્દામાં જણાવે છે, મંડળી દ્વારા સારા ભાષણો કરવાની તથા નિબંધો લખતાં વાંચવાથી સારું બોલતા અને લખતા-વાંચતા અને વાદ કરતા આવડે અને બુદ્ધિ તથા જ્ઞાનનો ફેલાવો થાય. ત્રીજી વાત એ છે કે બની શકે ત્યાં સુધી સગાં વહાલા, નાત જાત વગેરે જેમ જેનો સ્વભાવ મળે તેમ ભેગા થઈ, એક વિચાર કરી, એકદિલ થઈ એક ઘરમાં ભેગા મળીને બેસવાનો નિર્ણય કરવો. મર્યાદા પ્રમાણે ભાષણ કરવું, પોતાના વિચારો પ્રગટ કરવા; તેનાથી રોજગાર, ધન, વિદ્યા-જ્ઞાન વધશે કારણ કે, સુધારાનો મૂળ પાયો મંડળી જ છે.

190 વર્ષ પહેલાં નર્મદે કહેલી આ વાત આજે પણ એટલી જ સાચી છે. તેમણે મંડળી શબ્દ વાપર્યો છે જેને આજે આપણે શિબિર અથવા

વર્કશોપ કહીએ છીએ. આજે સાહિત્ય શિબિરોના પ્રતાપે આપણને ઉત્તમ કવિઓ, વાર્તાકાર, નાટ્યકાર, પત્રકાર મળ્યા છે. કેવળ સાહિત્યના ક્ષેત્રમાં જ નહીં પણ ધ્યાન શિબિરો, જીવન જીવવાની કળા વિશે વર્કશોપ ચાલે છે. કોઈપણ ક્ષેત્રમાં શિબિરનું મહત્વ તો છે જ. એ વિચારબીજ વર્ષો પહેલાં નર્મદ દ્વારા રોપાયા એમ કહી શકાય.

"દેશાભિમાન" નિબંધમાં આ વિષયને નર્મદે મુખ્ય પાંચ મુદ્દાઓમાં વહેંચ્યો છે જેને તેઓ ઉદ્યમ કહે છે. પહેલો ઉદ્યમ પરદેશી રાજ્યસત્તા દેશમાંથી કાઢી નાખવાના અર્થે સર્વ દેશીઓનો સંપીલો ઉદ્યમ, બીજો ઉદ્યમ સર્વ જાતિના વર્ગના જન સુખી થાય તથા પરદેશી સત્તાના અંકુશમાં સર્વ દેશી રાજ્યોની કળા વધે, ત્રીજો ઉદ્યમ દેશની સમૃદ્ધિ અને વિદ્યાકળા વધે તે માટે, ચોથો ઉદ્યમ જાતજાતના લોક પોત-પોતાના ધર્મના મમતમાં દોષ ના રાખતાં દેશના સામાન્ય લાભ માટે એકરૂપ થાય અને પાંચમો ઉદ્યમ જાતજાતના લોકો પોતાના ધર્મ તથા સંસારવિષયમાં સુધારો કરે તે માટે ઉદ્યમ એમ પાંચ ઉદ્યમ તેમણે ગણ્યા છે.

નર્મદ સાહિત્ય અને ઉત્સાહનો પર્યાય હતો એમાંથી તેમના જીવનનો અને ગુજરાતનો વીરરસ નિષ્પન્ન થયો. આ વીરરસ સ્વદેશસહિત માટે તેમ જ સમાજોત્કર્ષ માટે વિનિયોગ પામ્યો. તેમણે સૌથી પહેલો સ્વદેશાભિમાન અને સ્વરાજ શબ્દનો પ્રયોગ કર્યો અને ગુજરાતી ભાષાને ભેટ આપ્યો. તેની અસ્મિતા જાગૃત કરી. ભારત દેશની રાષ્ટ્રીયતા વિશેની જાગૃતિમાં પ્રેમ અને શૌર્યની આ પ્રેરણામૂર્તિનો ફાળો નાનો સુનો નથી. "દેશાભિમાન" નિબંધ વિશે તેઓ નોંધે છે. "નિષ્ઠા અને ખંત રાખી સર્વ નાતના ગૃહસ્થોએ પોતપોતાના કુળનું, નાતનું, તથા શહેરનું ભલું કરવું અને તેની સાથે સર્વ શહેરના માણસોને સુખપ્રાપ્તિ થાય અને છેવટે દેશના તવંગર અને ગરીબ સુખયશ ભોગવે, મોટાં મોટાં કારખાના નીકળે, માલ વેચાય, વિદ્યા બહોળા લોકોમાં ફેલાય એવા ઉદ્દેશને વેગ આપવો અને તે કરવા મંડી પડવું તેનું નામ "દેશાભિમાન."

આ નિબંધમાં તેમણે ત્રીસ પ્રકારનો ઉદ્યોગ બહુ સુંદર રીતે લખ્યો છે. "સસ્તું સારું તરત મળે. તરત ઉદ્યોગમાં આવે તેવી પરદેશી વસ્તુઓનો આદર કરવા વિશે બુદ્ધિ છે, તેને દોષ ના કહીએ પણ ભોગ-લલુતા વધી ગઈ છે અને પ્રાપ્તી માટે પરિશ્રમ કરવાની ટેવ ઘટી ગઈ છે એ જ મોટો વૃત્તિદોષ છે. વળી કેટલાક પરદેશી વસ્તુ વાપરવામાં મોટાઈ માની તેને માટે ઘણું ખર્ચે અને દેશી બનાવટ ઉમદા હોય તો પણ તેને ખરીદે નહીં તે પણ વૃત્તિદોષ કહેવાય. નગરની કે દેશની વધઘટનો વિચાર તેણે કરવો જોઈએ એવા ધનવંત કે શાહુકાર વેપારી છે તે આજકાલ સ્થિતિભ્રષ્ટ, અભણ, સ્વાર્થી, વિલાસી અને ખુશામત ઇચ્છનારા છે અને દેશીકળાને ઉત્તેજન આપતાં નથી." આનો બોધ આપતાં નર્મદ કહે છે: પહેલી વાત એ છે આપણાં દેશનું ઘણું દ્રવ્ય પરદેશ જતું રહે છે. લોકને ઘણાં કર આપવા પડે છે. બીજી વાત લોકમાં કેટલાક હુન્નરી-કસબીઓ છે, તેમને પણ સારો આશરો મળે તો પરદેશી જેવી વસ્તુઓ અહીં પણ બને અને વધારે સસ્તી મળે.

આ જ વાત આજે પણ આપણાં પ્રધાનમંત્રી શ્રી નરેન્દ્ર મોદી કહે છે કે, એવી બ્રાન્ડ બનાવો કે લોકો વિદેશી બ્રાન્ડ ભૂલી જાય. અત્યારે જે ડેસ્ટિનેશન વેડિંગનો મેનિયા ચાલ્યો છે, તેની પસંદગી વિદેશના સ્થળો નહીં પણ ભારતના સ્થળો પસંદ કરો. આ છે આપણું "દેશાભિમાન."

છેલ્લે એકદમ નાનકડો પણ અતિ મહત્ત્વનો નિબંધ "ટીકા કરવાની રીત"માં સ્પષ્ટ છણાવટ કરી છે. નર્મદે વિવેચક - વિવેચનની અનિવાર્યતા સમજાવવા આ નિબંધ લખ્યો છે. તેઓ નોંધે છે, "જો ટીકા કરનાર ના હોત તો ગ્રંથ સમજાત નહીં, તેના ગુણદોષ માલુમ પડત નહીં અને ગ્રંથકાર છકી જાત અને પછી સારા ગ્રંથ લખાત નહીં અને લોકમાં અનાચાર થાત. ટીકા કરવાનો મુખ્ય મતલબ એ છે કે સારું નરસું બતાવવું અને તેમાં વિશેષ નરસું બતાવવું કે જે જલદી દૂર કરવું જરૂરી છે તેનાથી લોકોને અમૂલ્ય લાભ થાય છે અને વિવેચનના કારણે સર્જનમાં પણ સમૃદ્ધિ આવે છે અને તે સત્ત્વશીલ અને દોષરહિત થાય છે.

નર્મદે પદ્ય અને ગદ્યના સ્વરૂપોમાં અને સંદર્ભ સાહિત્યમાં ગંજાવર લેખન કર્યું છે. ખૂબ વિવિધ વિષયો ઉપર નિબંધો લખ્યા છે. આ બધા જ નિબંધોમાં એમને જે કાંઈ કહેવું છે તે કહેવાનું એટલું જ નહીં પણ સામેના મન હૃદયમાં રોપવું પણ છે. એટલે જ એમના નિબંધોની પ્રત્યક્ષતા આજે પણ અનુભવાય છે. બીજાના મનમાં ઉતારવા માટે એમણે પુષ્કળ દ્રષ્ટાંતો અને વિગતો આપી છે જેમાં એમના પૂર્વવાચનનો અને આયોજનનો અથાગ પરિશ્રમ દેખાય છે.

(મૂર્ધન્ય સાહિત્યકારોની સર્જનયાત્રાનો પહેલો મણકો : નર્મદના નિબંધો વિશે વક્તવ્ય.)

2
તુલનાત્મક અભ્યાસ

**નવલકથા: પેલેસ ઓફ ઈલ્યુઝન, લેખક: ચિત્રા બેનજી દિવાકરુણી,
અનુવાદક: વાચા દવે.
નવલકથા: યાજ્ઞસેની, લેખકः પ્રતિભા રાય, અનુવાદક, જયા મહેતા.**

દ્રૌપદીનું પાત્ર લઈને બે અલગ ભાષામાં લખાયેલી નવલકથાઓ વિશે વિવેચન કરીએ તો બંને નવલકથા દ્રૌપદીના જીવન ઉપર આધારિત છે. ઋષિ વ્યાસ લિખિત મહાકાવ્ય મહાભારતની દ્રૌપદી વિશે ખાસ પરિચય આપવાનો ના હોય. મહાભારત એક એવો વિરાટ ગ્રંથ છે કે, તેમાંથી કવિ કાલિદાસ, ટાગોર, અરવિંદ ઘોષ, પ્રેમચંદ અને ઉમાશંકર સુધીના સમર્થ લેખકોએ આપણી તેમ જ અન્ય ભાષાઓમાં પ્રેરણા લઈને પાર વિનાનું સર્જન કર્યું છે. મહાભારતના સ્ત્રીપાત્રોમાં દ્રૌપદીનું સ્થાન વિરલ છે. ભારતીય જીવન તથા સંસ્કૃતિનું મહત્વપૂર્ણ ચરિત્ર છે. દ્રૌપદીનું પાત્ર કેન્દ્રમાં રાખીને સાહિત્યના તમામ પ્રકારોમાં સર્જન થયું છે. જાણીતા લેખક ધ્રુવ ભટ્ટે તેમની પ્રથમ નવલકથા "અગ્નિકન્યા" દ્રૌપદીને કેન્દ્રમાં રાખીને લખી છે. લોકપ્રિય નવલકથાકાર કાજલ ઓઝા વૈદ્યની "દ્રૌપદી" નવલકથા અત્યંત લોકપ્રિય નીવડી છે. વિનોદ જોશીનું "સૈરન્ધ્રી" દીર્ઘ કાવ્ય અપાર લોકચાહના મેળવી ચૂક્યું છે. ઉડિયા ભાષામાં લખાયેલ પ્રતિભા રાયની નવલકથા યાજ્ઞસેની જનો ગુજરાતી અનુવાદ જયા મહેતાએ ગુજરાતીમાં દ્રૌપદી નામે કર્યો છે.

બીજી બંગાળી લેખિકા ચિત્રા બેનર્જી દીવાકરુણીએ લખેલ પેલેસ ઓફ ઈલ્યુઝન નવલકથા જેનો ગુજરાતી અનુવાદ વાચા દવેએ કર્યો છે. આ બે નવલકથા વિશે આપણે વાત કરીશું.

યાજ્ઞસેનીના લેખક પ્રતિભા રાયનો જન્મ ઉડિસાનાં મધ્યમ વર્ગના પરિવારમાં થયો હતો. એમણે ઉડિયા ભાષામાં 18 નવલકથાઓ, ટૂંકી વાર્તાઓ અને નિબંધો લખ્યા છે. "યાજ્ઞસેની"ને ભારતીય જ્ઞાનપીઠનો મૂર્તિદેવી પુરસ્કાર અને ઓરિસ્સાનો અતિ પ્રખ્યાત સરલા દેવી એવોર્ડ મળેલો છે. તેમને પદ્મશ્રીથી પણ સન્માવવામાં આવ્યા છે. યાજ્ઞસેની નવલકથા વ્યાસ રચિત મહાભારત અને સરલા દાસના ઉડિયા મહાભારતના પ્રભાવ હેઠળ લખાયેલી છે અને 1984માં પ્રગટ થયેલી છે. આ પુસ્તકમાં મહાભારતની દ્રૌપદીને પાત્રની ગરિમા જાળવીને આધુનિક દ્રષ્ટિકોણથી રજૂ કરવામાં આવી છે. નવલકથાની શરૂઆત મહાપ્રસ્થાનના સમયથી થાય છે. હિમગિરિની સુવર્ણ રજમાં પગ લપસી પડે છે અને દ્રૌપદી ત્યાં જ ફસડાઈ પડે છે. જેમને સમર્પિત થઈને જિંદગી વીતાવી એ પાંચ પતિમાંથી કોઈ ઊભું રહેતું નથી. બધાં ચાલ્યા ગયા છે. જીવનનાં અંતિમ સમયે દ્રૌપદી કૃષ્ણને સંબોધીને પત્ર લખે છે. આ કથા સળંગ પત્રરૂપે લખાયેલી છે. તેમાં કોઈ પ્રકરણ નથી. પિતા દ્રુપદ, પુત્રપ્રાપ્તિ માટે યજ અને ઉપાયજ ઋષિઓ પાસે યજ્ઞ કરાવે છે. તેમાંથી પુત્ર ધૃષ્ટધુમ અને પુત્રી યાજ્ઞસેનીનો જન્મ થાય છે. જ્યારે તે યજ્ઞવેદી પર આવિર્ભાવ પામી ત્યારે પૂર્ણ યૌવાનથી તેનું અંગ યૌવાનભારથી ઝળહળી રહ્યું હતું. ત્યારે આકાશવાણી થાય છે "આ કન્યા તમારા અપમાનનો બદલો લેવા જન્મી છે." આ નવલકથાની દ્રૌપદી આજની આધુનિક નારીનું પ્રતિનિધિત્વ કરે છે. આખી કથા તેના મુખે જ કહેવાય છે. તે વિચારે છે, "શું યુગે યુગે ધર્મરક્ષા અને દુષ્ટનાં સંહાર માટે નારીએ જ માધ્યમ થવું પડશે?" આમ એના ચરિત્ર થકી નારી મનની વાસ્તવિક પીડા, સુખદુ:ખ અને આંતર સંબંધોની જટિલતાને ઊંડાણથી સ્પર્શી શકાય છે.

કૃષ્ણને સમર્પિત અને પાંચ પાંડવોને વરેલી દ્રૌપદી અનેક દિશાઓમાં વિભાજિત છે. કથાનાં આરંભે કૃષ્ણ પ્રત્યે તેનું અનન્ય આકર્ષણ, કૃષ્ણની

જ સમજાવટથી અર્જુનને વરવું, સ્વયંવરમાં માછલીની આંખ વીંધવાની જાહેરાત. કર્ણનું અપમાન, બ્રાહ્મણ વેશે આવેલા અર્જુનને વરવું અને કુંતા માતાથી બોલાયેલા શબ્દો... તમે પાંચ ભાઈઓ સરખે ભાગે વહેંચી લો અને એ પછીની વાતો તો આપણે સૌ જાણીએ છીએ. પણ અહીં એક પાત્ર ઉમેરાય છે - માયા દાસી. જેને કૃષ્ણ દ્રૌપદીને ઉપહાર તરીકે આપે છે. માયા નામ સૂચક છે. આમ તો એવું કહેવાય છે કે, માયા આપણને બધાને વીંટળાયેલી છે પણ અહીં કૃષ્ણની ઉપસ્થિતિની ગરજ સારશે એમ કહેવાયું છે. યુદ્ધસભામાં થતો અન્યાય અને અમાનુષી અત્યાચારને લેખિકાએ હૂબહૂ આલેખ્યા છે. બધા જ પુરુષો નત મસ્તકે બેઠા છે ત્યારે દુઃશાસન કહે છે. "તું ગમે તે અવસ્થામાં હોય પરંતુ અત્યારે અમે ખરીદેલી મામુલી દાસી છે." બધાં સ્તબ્ધ થઈ જાય છે ત્યારે શકુની કર્ણના કાનમાં કહે છે, "વિદૂષી બનવાનો પ્રયત્ન કરવો એ નારીનો સૌથી મોટો ગુનો છે. વિદ્યાવતી અને જ્ઞાનવતી હોવાના કારણે એને આ દશા થઈ છે. જો આપણા ચરણોમાં પડીને ભીખ માંગે તો કદાચ અપમાનથી બચી જાય." દ્રૌપદી કહે છે, "મારે દયા કે ભીખ નથી જોઈતા પણ ન્યાય જોઈએ છે. નારીના સન્માનનું રક્ષણ કરવું એ રાજધર્મ છે." પછી જ્યારે કૃષ્ણ આવીને ચીર પૂરે છે ત્યારે દ્રૌપદી પ્રતીક્ષા લે કે, દુઃશાસનના રક્તથી જ્યાં સુધી પોતાના વાળ નહીં ધુએ ત્યાં સુધી પોતાનાં વાળ બાંધશે નહીં. છતાં ય દુઃશાસનના રક્તથી કેશસ્નાન કરતાં ચીસ પાડી ઊઠે છે કે, દુઃખ સહન નહીં કરી શકું. મને એમાં અભિમન્યુના લોહીની ગંધ આવે છે. મારે રાક્ષસ નથી બનવું. પોતાના પાંચેય પુત્રોને નિર્દયતાથી મારી નાખનાર અશ્વત્થામાને દ્રૌપદી જીવતદાન આપે છે. માત્ર એટલા માટે કે એની માતાને પુત્રશોક સહન કરવો પડે નહીં. એક બાજુ ક્રોધ અને બીજી બાજુ ક્ષમા આ બે ગુણ પ્રતિભા રાયે ખૂબ સુંદર રીતે રજૂ કર્યા છે.

પ્રતિભા રાય કર્ણ અને કુંતીના, તેમજ કર્ણ અને દ્રૌપદીના સંબંધો કોઈના ય ગૌરવને આંચ ના આવે એ રીતે આલેખ્યા છે. અર્જુન સાથે યુદ્ધ લડનાર કર્ણને જંગલમાં સર્પદંશ થતા કાલસર્પ મંત્ર બોલીને તેને જીવતદાન બક્ષે છે. આર્યો અને અનાર્યો વચ્ચે સુમેળ સધાય એ માટે કુબેરને રસ્તો બતાવવાનું કહે છે. પોતાની નણંદ દુઃશાલા વિધવા ના

બને તે માટે જયદ્રથને જીવતો છોડી દે છે. અહીંયાં કૃષ્ણ, અર્જુન, અન્ય પાંડવો, કુંતી, કર્ણ, કર્ણની પત્ની ઋતુવતી, દ્રોણના પત્ની હરિતા આ બધાં સાથે દ્રૌપદીના સંબંધો સુમેળભર્યા છે. માયા દાસીનો સાથ પણ કૃષ્ણની હાજરીના સ્પંદનો જગાડે છે. હિમગીરીની સુવર્ણ રજમાં પહેલાં માયાનું મૃત્યુ થાય છે અને મૃત્યુ પહેલાં દ્રૌપદી માયા મુક્ત બને છે. નવલકથાના અંતે પ્રતિભા રાયની દ્રૌપદી પાંચ ભાવનાઓ સેવીને મહાભારતની દ્રૌપદી કરતાં મુઠ્ઠી ઉંચેરું સ્થાન મેળવે છે.

આ પાંચ ભાવનાઓમાં કોઈ નારીને પાંચ પતિ ના હોજો, શત્રુને પણ પુત્ર શોક ના આપજો, કોઈ પુરુષને એટલો કામાંધ ના કરજો કે તેનાં જેવી યાતના ભરી સભામાં બીજી સ્ત્રીને સહન કરવી ના પડે, કોઈ દેશના ક્યારેય ટુકડા ના થજો, આ ધરતી પર ક્યારેય મહાયુદ્ધ ના થવા દેશો. હે સખા, મને આવતા જન્મે કર્મઠનો રથ, જ્ઞાનની આંખ અને ભક્તનું હૃદય આપીને આ ભારતવર્ષમાં જ જન્મ આપજો.

અહીં "યાજ્ઞસેની" નવલકથાનું સમાપન થાય છે. છેલ્લા શબ્દો છે. મૃત્યુ એ જીવનની સમાપ્તિ નથી પણ નવજીવનનો પ્રારંભ છે. એ સાથે ઓમ શાંતિ, શાંતિ, શાંતિ.... ના નારા સમગ્ર હિમાલયમાં ગુંજી ઊઠે છે અને અગ્નિની જ્વાળાઓમાંથી જન્મેલું વિરલ ચરિત્ર કાયમ માટે હિમગીરીની શીતળતામાં પોઢી જાય છે.

બીજી નવલકથા બંગાળી લેખિકા ચિત્રા બેનર્જી દિવાકરુણી લિખિત "પેલેસ ઓફ ઈલ્યુઝન" છે. એનો ગુજરાતી અનુવાદ: વાચા દવેએ "માયા મહેલ" નામથી કર્યો છે. ચિત્રા બેનર્જી દિવાકરુણીનો જન્મ ૧૯૫૬માં કલકત્તામાં થયો હતો. કલકત્તામાં બી.એ. કરીને આગળ ભણવા 1976માં અમેરિકા ગયા હતા. અત્યારે તેઓ પતિ અને બે દીકરાઓ સાથે ટેક્સાસમાં રહે છે. તેઓ પુરસ્કાર વિજેતા લેખિકા, કાર્યકર્તા અને શિક્ષક છે. આ નવલકથા 2008માં પ્રગટ થઈ છે. આ આ પુસ્તકની નોંધમાં તેઓ લખે છે કે, નાનપણમાં દાદાના ઘેર મહાભારતની કથાઓ સાંભળતા અને કલકત્તામાં માતા-પિતાને ત્યાં 1000 પાનાનો મહાભારતનો અભ્યાસ કર્યો ત્યારે સ્ત્રીઓનાં

પાત્રલેખનથી અસંતુષ્ટ હતા અને વિચારેલું કે પોતે ક્યારેક પણ જો પુસ્તક લખશે તો સ્ત્રી પાત્રોના ઘટનાક્રમને અગ્ર ક્રમમાં મુકશે અને એમણે ખરેખર દ્રૌપદીના પરિપ્રેક્ષ્યમાં આપણને આ નવલકથા આપી છે.

આ નવલકથા દ્રૌપદીના દ્રષ્ટિકોણથી વર્ણવવામાં આવી છે. આખી નવલકથા દ્રૌપદીના મુખેથી જ કહેવામાં આવી છે. આ કથામાં દ્રૌપદીના સમગ્ર જીવન દરમિયાન શ્રીકૃષ્ણનું પાત્ર તેનાં પરમ સખા અને માર્ગદર્શક તરીકે ભૂમિકા ભજવે છે. જેમ "યાજ્ઞસેની"માં કાલ્પનિક પાત્ર માયદાસીનું છે તેવી જ રીતે "માયા મહેલ"માં કાલ્પનિક પાત્ર ધાઈ માનું છે. ધાઈ માનું પાત્ર ઘણું મહત્વનું છે. મૂળ મહાભારતમાં ઘટતી તમામ મુખ્ય ઘટનાઓ ધાઈ માનાં મુખે દ્રૌપદીને વાર્તા તરીકે કહેવામાં આવી છે. પ્રથમ પ્રકરણમાં ધાઈ મા દ્રૌપદીને તેના જન્મ સમયની વાત કહે છે. રાજા દ્રુપદ પુત્રપ્રાપ્તિ માટે યોજેલા યજ્ઞમાં યજ અને ઉપાયજ ઋષિના નેતૃત્વમાં 100 ઋષિઓ હવન કરી રહ્યા હતા ત્યારે યજ્ઞમાંથી એક અત્યંત તેજસ્વી રાજકુમાર કે પાંચ વર્ષનો છે તે પ્રગટ થાય છે. તેની સાથે તેના જેટલી જ એક કન્યા પણ છે જે અતિશય કાળી છે. તેણે રાજકુમારનો હાથ બરાબર પકડી રાખ્યો છે. રાજા દ્રુપદ માત્ર ભાઈ માટે જ હાથ લંબાવે છે પણ કુમાર કુંવરીનો હાથ છોડતો નથી અને ગેબી અવાજો આવે છે કે, આ બાલિકા પણ તમારે સ્વિકારવી પડશે. તેની બરાબર સાર-સંભાળ લેજો કારણ કે, તેનો જન્મ ઈતિહાસની દિશા બદલવા માટે થયો છે. દ્રુપદને અનિચ્છાએ આ રાજકુમારી સ્વિકારવી પડે છ. દ્રુપદ રાજકુમારનું નામ ધૃષ્ટધુમ અને રાજકુમારીનું નામ દ્રૌપદી પાડે છે. ધાઈ માએ એટલી કરુણાથી આ વાત સમજાવી છ, કેવી રીતે પિતાએ રાજકુમારનું સ્વાગત કર્યું હતું અને તેને નકારી કાઢી હતી. આ પીડા અને અસ્વીકારની ભાવના તેને જીવનભર સાલે છે અને તે પિતાને અવગણના કરવા બદલ ક્યારે ચ માફ કરી શકતી નથી.

આ કથામાં દ્રૌપદી એક બાલિકા તરીકે જન્મી છે. શરૂઆતથી જ અવગણનાના લીધે લઘુતાગ્રંથિ અનુભવે છે. વળી એનો વર્ણ શ્યામ

છે. એનું વર્તન શરમાળ છે. કોઈની સાથે હળતી-મળતી નથી એટલે મહેલમાં કોઈ એને બોલાવતા નથી. એ ફક્ત ધાઈ મા અને ધ્રી સાથે જ ખુશ રહે છે. અહીં ધૃષ્ટધુમનું ધ્રી કરી નાખવામાં આવ્યું છે. કૃષ્ણ સાથેની પ્રથમ મુલાકાતનું વર્ણન સુંદર છે. લેખિકાની ભાષા શૈલી વાચકોને પ્રભાવિત કરે છે. દ્રૌપદી કૃષ્ણને સવાલ કરે છે, પોતે કેમ કાળી છે? જ્યારે અહીં તો ગોરો વાનની જ બોલબાલા છે. કૃષ્ણ પણ કાળા છે. છતાંય વૃંદાવનની ગોપીઓ કૃષ્ણ પ્રત્યે મોહિત થઈ જાય છે અને પોતે આટલી તુચ્છ કેમ? ત્યારે કૃષ્ણ તેને સમજાવે છે કે, તમે જે નજરે તમારી સામે જુઓ છો એ જ નજરે લોકો તમારી સામે જુએ છે. ત્યારે એને ખ્યાલ આવે છે કે, એ પોતા પ્રત્યે ઘણી બેદરકાર છે. કયારેય તૈયાર થતી નથી. એ ધાઈ માને પોતાને સુંદર વસ્ત્રો અને અલંકારોથી સજાવવાનું કહે છે. ધાઈ મા ખૂબ સુંદર રીતે સજાવે છે. પછી ગૌરવવંતી ચાલે રાજ્યસભામાં પ્રવેશે છે અને ચમત્કાર થાય છે. બધાં એની ઉપર વારી જાય છે. કૃષ્ણ એનું નામ કૃષ્ણા પાડે છે.

આ નવલકથામાં સૌથી નિર્ણાયક પ્લોટ દ્રૌપદીનો કર્ણ પ્રત્યે ગુપ્તપ્રેમ છે. શરૂઆતમાં ઋષિઓ, પ્રેતાત્માઓ દ્વારા કહેવાયેલા પ્રસંગો અને ભવિષ્યવાણી ધાઈ મા દ્વારા દ્રૌપદીને કહેવામાં આવ્યા છે. જેમાં દુર્યોધન અને યુધિષ્ઠિરના જન્મની કથા, શિખંડી કેવી રીતે પુરુષ થઈને ભીષ્મને મારશે, કર્ણનો કથામાં પ્રવેશ. તેનું થતું અપમાન અને દુર્યોધનને કેવી રીતે અંગદેશનો રાજા બનાવ્યા ત્યાં સુધીની ઘટનાઓ આવરી લેવામાં આવી છે. ધાઈ મા પાસે કર્ણની વાત સાંભળીને દ્રૌપદીના મનમાં કર્ણ પ્રત્યે આકર્ષણ જાગે છે. પણ ધ્રી દ્વારા દબાવી દેવામાં આવે છે. દ્રૌપદીનો જ્યારે સ્વયંવર યોજાય છે ત્યારે રાજાઓ માછલીની આંખ વીંધવા ઊભા થાય છે પણ કોઈ રાઈના દાણા જેટલું તો કોઈ વળી ટચલી આંગળી કે વાલના દાણા જેટલું અંતર ચૂકી જાય છે. છેવટે કર્ણ ઊભો થાય છે પણ ધ્રી તેનું અપમાન કરે છે અને આથી કર્ણ સભા છોડીને ચાલ્યો જાય છે. આમ તો કથા ઈતિહાસ પ્રમાણે જ ચાલે છે પણ તેમાં થોડાં ઘણાં ફેરફાર છે. પછી તો આપણે જાણીએ છીએ કે અર્જુને બ્રાહ્મણવેશમાં આવીને શરત જીતી લીધી. દ્રૌપદીએ વરમાળા પહેરાવી દીધી ત્યારબાદ દ્રૌપદીના મુખે જે વ્યથા

વર્ણવાઈ છે ને એ બહુ કરુણ છે. વરમાળા પહેરાવ્યા બાદ તરત અર્જુને મા પાસે જવાનો આગ્રહ રાખ્યો હતો. દ્રુપદે યોજલા મહાભોજનમાં રોકાવાનો હઠિલાઈથી વિરોધ કર્યો હતો. એમ પણ વિચાર્યું નહોતું કે, નવવધુએ સવારથી રિવાજ પ્રમાણે અન્નનો દાણો મોઢમાં મુક્યો નહોતો. જ્યારે ધ્રીએ રથમાં બેસવાનો આગ્રહ કર્યો ત્યારે પણ વિરોધ કર્યો હતો. ધ્રી રડી ઉઠ્યો હતો કે, મારી બહેનને ટેવ નથી. ત્યારે તેણે કહ્યું હતું કે, હવે તેને ફરજિયાત શીખવું પડશે. એ વસ્ત્ર અને અલંકારોનો ત્યાગ કરીને તપસ્વીની જેવો વેશ ધારણ કરીને નીકળી હતી. એ કદી કાંટાઓ અને પથ્થરો પર ખુલ્લા પગે ચાલી નહોતી. ખરબચડી દાહદ ભૂમિનું પ્રત્યેક પગલું એને ખૂબ યાતના આપતું હતું. અર્જુન મોટા મોટા પગલાં ભરીને આગળ ચાલતો હતો અને એના ભાઈઓ તો એનાથી પણ આગળ નીકળી ગયા હતા. પતિની ઉદાસીનતા પ્રત્યે ક્રોધ અને પીડાના આંસુઓ દબાવી એક પ્રચંપી અવાજ આવે છે કે, કર્ણે એને આ રીતે વેઠવા દીધી ના હોત. પણ સત્યનો વિચાર આવતા મનમાં દબાવી દે છે. પછીનું તો બધું જ આપણે જાણીએ છીએ. આ નવલકથામાં કુંતીનો દ્રૌપદી પ્રત્યે વહેવાર કઠોર બતાવ્યો છે. એ બે ત્રણ પ્રસંગોમાં છતું થાય છે. પહેલી વાત તો "પાંચ ભાઈઓમાં વહેંચી લેજો" એ વાક્ય જ સૌથી મોટી કરુણતા છે.

નવલકથાના અંત સુધી એકપણ ઘટનાને હાઈલાઈટ કરવામાં આવી નથી. કેવળ દ્રૌપદીની મનોવ્યથા જ આલેખવામાં આવી છે.પાંચ પતિ હોવા છતાં કર્ણ પ્રત્યે અનહદ લાગણી ધરાવતી નાયિકા પોતાના સ્થાને કેટલી યોગ્ય છે તે સાબિત કરવામાં લેખિકા સફળ રહ્યા છે. અને નવલકથા ઘણી લોકપ્રિય રહી છે.

આ બે નવલકથાને તુલનાત્મક દ્રષ્ટિથી જોઈએ તો "યાજ્ઞસેની" નવલકથા સળંગ પત્રરૂપે લખાઈ છે. તેમાં કોઈ પ્રકરણ નથી. જ્યારે "માયા મહેલ" દ્રૌપદીના મુખે કહેવાઈ છે અને તેમાં 43 પ્રકરણો છે.

"યાજ્ઞસેની"માં કાલ્પનિક પાત્ર "માયા દાસી" છે જ્યારે "માયા મહેલમાં" ધાઈ મા છે.

યાજ્ઞસેનીની દ્રૌપદી યુવાન અને અદભુત સૌંદર્ય ધરાવતી યુવતી તરીકે જ બહાર આવે છે. પિતા તેને ખૂબ જ ખુશીથી સ્વીકારે છે. જ્યારે માયા મહેલમાં દ્રૌપદી પાંચ વર્ષની બાલિકા તરીકે બહાર આવે છે અને પિતા તેને સ્વીકારતા નથી. પણ દેવોની વાણી સાંભળીને તેમને સ્વીકારવી પડે છે.

યાજ્ઞસેનીમાં સ્વયંવરનો પ્રસંગ અદ્ભુત રીતે સજાવવામાં આવ્યો છે. સ્થળની સજાવટ અને દેશ દેશના રાજાઓના આગમનનું સુંદર વર્ણન કરવામાં આવ્યું છે. જ્યારે ચિત્રા બેનજીએ સ્વયંવરનું કોઈ વર્ણન કર્યું નથી. માત્ર લગ્નમંડપનો ઉલ્લેખ છે.

મૂળ મહાભારતમાં કર્ણ જ્યારે ઊભો થાય છે ત્યારે દ્રૌપદી દ્વારા કહેવામાં આવેલું વાક્ય "હું સુતપુત્રને નહીં પરણું" પણ અહીં બંને નવલકથામાં વિરોધ તેનો ભાઈ ધૃ કરે છે. કારણ કે બંને નવલકથામાં દ્રૌપદીનું કર્ણ પ્રત્યેનું ખેંચાણ મહત્વના પ્લોટ સાથે જોડાયેલું છે. બંને નવલકથામાં જુદી જુદી રીતે મૂકવામાં આવ્યું છે.

યાજ્ઞસેનીમાં રામ અને સીતાના ઘણાં ઉદાહરણો આવે છે. રામ કેવી રીતે ધર્મને સમર્પિત હતાં. સીતાનો ત્યાગ અને સમર્પણ કેટલાં ઊંચા હતાં તેનાં ઘણાં દ્રષ્ટાંતો છે. જ્યારે માયા મહેલમાં રામાયણનું એકપણ દ્રષ્ટાંત નથી. એકવાર નળ દમયંતીનું દ્રષ્ટાંત આવે છે. જ્યારે યુધિષ્ઠિર અને દ્રૌપદી સાથે બેઠા હોય છે ત્યારે યુધિષ્ઠિર અને દ્રૌપદી સાથે બેઠા હોય છે ત્યારે યુધિષ્ઠિર નળ રાજાને યાદ કરે છે કે, એમણે કોઈપણ સંજોગોમાં સત્યનો સાથ છોડ્યો ન હતો. ત્યારે દ્રૌપદી વિચારે છે કે, એનો પતિ દમયંતી જેવી પત્નીની આશા સેવે છે કે જે એક હરફ ઉચ્ચાર્યા વગર કેટલા દુઃખ વેઠે.

માયા મહેલમાં આપણે જોયું કે સ્વયંવર પછી વનમાં પથરાળ અને કાંટાળી જમીન પર પત્થર વાગતાં એ ધીમી પડે છે અને બધા ભાઈઓ આગળ વધી જાય છે. જ્યારે યાજ્ઞસેનીમાં વનમાં ચાર ભાઈઓ આગળ

ચાલે છે અને અર્જુન દ્રૌપદીની સાથે ચાલે છે. દ્રૌપદીને પથ્થર વાગે છે ત્યારે એ વ્યથિત થઈ જાય છે અને પાટો બાંધે છે. અહીં વાર્તાલાપ અને વર્ણનો ખૂબ સુંદર છે. ભાષા સૌમ્ય છે. પાત્રો અને પ્રસંગોની ગરિમા જળવાઈ રહે છે.

માયા મહેલની દ્રૌપદી કર્ણને પ્રેમ કરે છે છતાં એક પણ વાર એમને સામસામે બતાવ્યા નથી. યાજ્ઞસેનીની દ્રૌપદી કૃષ્ણને સમર્પિત છે છતાં એને કર્ણ પ્રત્યે ખેંચાણ બતાવ્યું છે. તેમની એક બે મુલાકાત બતાવી છે એમાં એક મુલાકાતનું વર્ણન, પ્રકૃતિ અને પશ્ચાતભૂમિ અદ્ભુત બતાવ્યા છે.

પ્રતિભા રાયની નવલકથા 1998માં પ્રગટ થઈ છે. ત્યારે નારીવાદ અને નારી સ્વાતંત્ર્યની ચળવળનાં મંડાણ મંડાઈ ચૂક્યા હતા. પ્રતિભા રાયે તેનો લાભ લીધો છે. જ્યારે ચિત્રા બેનજી દિવાકરુણીની નવલકથા 2008માં પ્રગટ થઈ છે, ત્યારે નારીવાદનો પાયો મજબૂત થઈ રહ્યો હતો. તેના પરિણામે સ્ત્રીઓને કેન્દ્રમાં રાખીને તેની મનોવ્યથા અને તેની અપેક્ષાઓ બહાર લાવવાનો લાભ લેખિકાએ પૂરેપૂરો લીધો છે.

તુલનાત્મક વિવેચનના સંદર્ભમાં આપેલું વક્તવ્ય.

3
જીવનનું પરોઢ

રાષ્ટ્રપિતા મહાત્મા ગાંધીને કોણ ના ઓળખે? સૌથી વધારે સાહિત્ય ગાંધીજી પર લખાયેલું છે. જાન્યુઆરી 1915માં દક્ષિણ આફ્રિકાથી ગાંધીજીનું આગમન હિંદુસ્તાનમાં થયું તે પછી સાહિત્યમાં ગાંધીયુગના મંડાણ થયા છે. કારણ કે એમાં સાહિત્યનું ઉત્તમ સર્જન ગાંધીવિચાર અને રાષ્ટ્રભાવનાના રંગે રંગાઈને થયું છે. પ્રભુદાસ છગનલાલ ગાંધી લિખિત પુસ્તક "જીવનનું પરોઢ" 628 પાનાનું દળદાર પુસ્તક છે. આ પુસ્તક નવજીવન પ્રેસમાં છપાયું છે. આ પુસ્તકની પ્રસ્તાવના કાકા સાહેબ કાલેલકરે લખી છે. તેઓ લખે છે. "જીવનનું પરોઢ" એ પ્રભુદાસના બાળપણની આત્મકથા અથવા ચોથા વર્ષથી માંડીને બારમા વર્ષથી સુધીની સ્મરણયાત્રા છે. તેઓ ઉમેરે છે કે, ગાંધીજીના પુરુષાર્થનો ઇતિહાસ આ ચોપડીમાં આવતો હોવાથી તેનું મહત્વ તો છે જ. ઉપરાંત ગાંધી કુટુંબનો આવશ્યક ઇતિહાસ આ પુસ્તકમાં આવરી લેવાયો છે.

આ પુસ્તક ચાર ભાગમાં વહેંચાયેલું છે. પહેલા ભાગમાં ગાંધી કુટુંબનો ઇતિહાસ તથા કુટુંબના મોભીઓના રેખાચિત્રો આવે છે. ફિનિક્સ તેમજ ટોલ્સ્ટોય વાડીના પ્રકરણો પણ છે. બાળક પ્રભુદાસ જ્યારે દક્ષિણ આફ્રિકા જાય છે ત્યારે તેમનો લાંબો દરિયાઈ પ્રવાસ ખૂબ જ રોમાંચક છે. એમની રોજિંદા દરિયાની સફરમાં થયેલા અનુભવોમાં કુદરત અને

ઘાસ પાન, ફળફૂલ, પંખી અને વાદળ સાથેનું તાદાત્મ્ય અદ્ભુત રીતે મેળવ્યું છે. પછી તો સળંગ કથા છે. કોઈ વિશિષ્ટ ક્રમ કે ઘટનાના લીધે ભાગ પાડ્યા હોય એમ લાગતું નથી.

નાનપણમાં ગાંધીજીએ પિતાની સેવા ખૂબ કરેલી. પિતાજી તેમને મનુ કહીને બોલાવતા. તેમને કંઈક જોઈએ તો પહેલો સાદ મનુને જ કરે અને મનુ હાજર જ હોય. સવારે ઊઠીને પિતાની બધી દૈનિક ક્રિયાઓ દાતણ કરાવવાથી માંડીને સ્નાન કરાવવા સુધીની સેવા મનુ જ કરે. પછી દવા વાટીને પીવડાવે અને પોતાના અભ્યાસે વળી જાય. પૂતળી બા પણ ઘડીએ ઘડીએ રસોડામાંથી સાદ કરે. "મના, જા ખબર કાઢ તો તારા બાપાને શું જોઈએ છે ?" મનુ તરત દોડી જઈને બાપાને પૂછી આવે અને મા ને જવાબ આપે. મા ગમે એટલા આંટા ખવડાવે તોય મનુને કંટાળો આવતો નહીં. પિતાની આ સેવાથી પોતે કૃતાર્થ થયાની વાત ગાંધીજીએ લેખકને કહી હતી. જે તેમણે નોંધી છે. "આજકાલ શિક્ષણનો પ્રવાહ જે રીતે વહે છે તેની વ્યર્થતા લોકો સમજશે ત્યારે ખરાં પણ ખરું શિક્ષણ સેવામાં જ રહ્યું છે; એ તો જાણે ભુલાઈ જ ગયું છે. મારી બુદ્ધિનો, મારા હૃદયનો વિકાસ, મારા ચરિત્રનું સંગઠન અને મારી સતત પ્રગતિ એ કેવળ બાળપણમાં મેં કરેલી પિતૃ સેવાને આભારી છે." નાનપણથી જ મનમાં બેઠેલો સેવાભાવનો આદર્શ આ પ્રસંગમાં આપણે જોઈ શકીએ છીએ.

ગાંધીજીએ નૈતિક કેળવણી ઉપર પણ ખૂબ ભાર મૂક્યો છે. તેઓ કહેતા કે આપણે બાળકોને આમ ના કરવું અને તેમ ના કરવું સમજાવીએ છીએ. તેનાથી બાળકોના મનમાં પાપ જાગે છે. પણ જો વડીલો અને શિક્ષકોનું જીવન ઊંચું હોય તો બાળકો આપોઆપ સદાચારી બને છે. આ પુસ્તકમાં જુદા જુદા પ્રસંગે લખાયેલા ગાંધીજીના ઘણા પત્રો સમાવવામાં આવ્યા છે. જેમાં તેમની ઊંચી નૈતિક કેળવણીના આગ્રહરૂપે લખાયેલા પત્રો છે. એમના મનમાં કેળવણીનો આદર્શ પહેલેથી જ ચોખ્ખો હતો. ભણતર ઉપર ગાંધીજીએ ઘણો ભાર મૂક્યો છે. જ્યારે ગાંધીજી દક્ષિણ આફ્રિકા કાયમ માટે છોડીને હિંદુસ્તાન આવ્યા ત્યારે તેમના સાથીઓ તરીકે લેખકના પિતાશ્રી છગનલાલ, કાકા

મગનલાલ, રાવજીભાઈ, જમનાદાસ કાકા વગેરે જોડાયેલા મળે છે. લેખક લખે છે, "જેમ ગંગાના વેગવાન પ્રવાહમાં નાના સરખા ઝરણાંઓ નો પત્તો જ ના લાગે તેમ પિતાશ્રીનું અને પાછળથી મગનકાકાનું જીવન પણ ગાંધીબાપુમાં જ લુપ્ત થયું. બીજા કાકાના દીકરાઓ પણ ગાંધી પ્રવાહમાં ભળ્યા છે.

ગાંધીજી 19માં વર્ષે મેટ્રિક પાસ કરીને ભાવનગર કૉલેજમાં જોડાયા. પણ ત્યાં મન લાગ્યું નહીં. વિલાયત જઈને બેરિસ્ટર થવાનું નક્કી કર્યું. જ્ઞાતિજનોએ વાંધો લીધો પણ અડગ રહ્યા. માતાએ ત્રણ પ્રતિજ્ઞાઓ લેવડાવી. માંસ, મદિરા અને પરસ્ત્રીને સ્પર્શ નહીં કરે. વિલાયત જઈને ઘર બહુ યાદ આવતું, રડવું પણ આવતું છતાં પાછાં નહીં ફરવાનો નિર્ધાર કર્યો. માંસના ભેગ વગરની રસોઈ ક્યાંય મળતી નહીં. લુખ્ખું, કોરું ખાઈને મહિનાઓ સુધી ચલાવ્યું અને અન્નાહારી વીશી શોધી અહીં તેમના મક્કમ મનોબળના દર્શન થાય છે. ડગલે ને પગલે મનોમંથન કરતા અને વર્તન બદલતા પણ ખરા. પહેલા વિચાર આવ્યો કે જે દેશમાં રહેતા હોઈએ એ કલ્ચર પૂરેપૂરું અપનાવવું જોઈએ એવી મનમાં ધૂન ચડી. નાચવાની કળા, વાદ્ય વગાડવાની કળા, ભાષણ કરવાની કળા, આકરી ફી ભરીને શીખવા માંડી. થોડો સમય ગયો અને લાગ્યું કે ખૂબ ખોટા ખર્ચા થાય છે એટલે ખર્ચમાં કાપ મુકવાનો નિર્ણય લીધો. બધા ખર્ચા બંધ કર્યા. ગીતા, બાયબલ અને અન્ય ધર્મી તથા ફિરકાઓ વિશે વાંચન કર્યું. અન્નાહારી સમિતિની સ્થાપના કરી. ચા-કૉફી, મરી-મસાલાનો ત્યાગ કર્યો. પરીક્ષા ઉપરાંત ઘણું વાંચન કરીને બેરિસ્ટર થયા અને હિંદ પાછાં ફર્યા. અહીં સંસ્કૃતનું સુવાક્ય યાદ આવે છે. "આત્મ દીપો ભવ." "તું જ તારો દીપક થા." એમણે જાતે જ શોખ કર્યા છે અને જાતે જ ચિંતન કરીને ત્યાંથી પાછા ફરી ગયા છે.

હિંદ પાછાં આવ્યા અને મુંબઈ ઉતાર્યા ત્યારે માતાના મૃત્યુના સમાચાર મળ્યા. ભારે આઘાત લાગ્યો. મુંબઈમાં શ્રીમદ્ રાજચંદ્ર સાથે મુલાકાત થઈ. તેઓ વ્યવસાય ઝવેરી હોવા છતાં અનાસક્ત જીવન ગાળતા હતા. તેમની આધ્યાત્મિક ઊંચાઈ અને ગહન જ્ઞાનનો ગાંધીજી પર ઊંડો પ્રભાવ પડ્યો. રાજકોટ આવીને ખાસ વકીલાત કરતા આવડી

નહીં. પોરબંદરની મેમણ પેઢીના છ લાખ રૂપિયા ફસાઈ ગયા હતા એવા અટપટા અને લાંબા કેસમાં એમની મદદ કરવા માટે એક વર્ષની બાંધણી પર અસીલ ના ખર્ચે અને પગારે દક્ષિણ આફ્રિકા ગયા. કેસ અંગેના વર્ષોના કાગળિયા ફેંદી નાખ્યા અને ગોરા બેરેસ્ટરો માટે કેસ તૈયાર કર્યો. ખૂબ મહેનત કરીને પંચ મારફતે ફેંસલો કરાવ્યો. પોતાના અસીલને જીત મળી છતાં એને નમ્ર રહેવા સમજાવ્યો અને સામા પક્ષે દયા દેખાડી.

દક્ષિણ આફ્રિકામાં પગ મુકતાની સાથે જ ગોરાઓ તરફથી કાળાઓને થતા અપમાનનો અનુભવ થયાં. કોર્ટમાં પાઘડી ઉતારવાનો હુકમ થયો તે માન્યો નહીં અને ઊઠીને ચાલ્યા ગયા. ટ્રાન્સવાલ જતી વખતે ગોરા અમલદારોએ ધક્કો મારીને ઉતારી દીધા અને બીજા ડબ્બામાં બેસવાનું કહ્યું પણ બેઠા નહીં. વરસતા હિમમાં ઠુંઠવાઈને રેલવે સ્ટેશન પર બેસી રહ્યા. નાખી દીધેલા સામાનને પણ અડક્યા નહીં. આખી રાત વિચાર કરીને ઘેર નહીં જવાનો અને રંગભેદનો ઊંડો રોગ નાબૂદ કરવાનો નિશ્ચય કર્યો. અહીં આપણને એમની આત્મસન્માન પ્રત્યેની સભાનતાના દર્શન થાય છે. આત્મસન્માન ફક્ત એમનું એકલાનું જ નહીં પરંતુ આ પૃથ્વી પર વસતા પ્રત્યેક માનવનું આત્મસન્માન સચવાવું જ જોઈએ એવો દૃઢ વિશ્વાસ તેમણે દરેક માનવ હૃદયમાં પ્રગટાવ્યો. જિંદગીમાં પહેલું ભાષણ હિંદી વેપારીઓને આપ્યું. જેમાં સત્ય બોલવાનો, સુઘડતા અને સ્વચ્છતા જાળવવાનો બોધ આપ્યો. વ્યવહાર અને ધર્મ સાથે જ ચાલે એમ સમજાવ્યું. એ પચરંગી અભણ સમાજ પર તેનો પ્રભાવ સારો પડ્યો.

બે વર્ષ પછી ભારત પાછાં ફરવાના હતા તેની આગલી સાંજે પોતાને માનપત્ર આપવાના મળેલા મેળવડામાં છાપું વાંચતા હિંદી મતાધિકારી રદ કરવાના ખરડા બાબત નાનકડી નોંધ નજરે પડી. આ ખરડો પસાર થાય તો હિંદીઓનું નિકંદન થાય એ વાત ત્યાં આવેલા લોકોને સમજાવી અને ફી જતી કરીને એક મહિના પૂરતું રોકાઈ ગયા. રાતોની રાતો જાગી અનેક પ્રતિષ્ઠિત હિંદીઓની સહીવાળી અરજી ધારાસભામાં મોકલી આપી. છતાં ખરડો પસાર થયો. તરત જ

કાયદાના ગ્રંથો અને બીજા સાહિત્યનું ઊંડું અધ્યયન કરી ઘણી મહેનતપૂર્વક બીજી અરજી ઘડી નાખી. તેના ઉપર એક એક વસાહતીઓની સહી મેળવી વિલાયત મંત્રી મંડળમાં મોકલી આપી. ઉપરાંત એ અરજીની હજાર પ્રત છપાવી હિંદુસ્તાન અને વિલાયતમાં પ્રચાર કરાવ્યો એમ હિંદી મતાધિકારીનો કાયદો નામંજૂર થયો. ફરી હિંદુસ્તાન આવવાનો વિચાર કર્યો પણ લોકોએ રોક્યા. જાહેર સેવાના બદલામાં પગાર લેવાની ના પાડી.

એ સમયે સરકારે ગિરમિટિયાઓ માથાવેરો નાખવાનું ઠરાવ્યું. ગિરમિટ એટલે એગ્રીમેન્ટ. શેરડીના ખેતરોમાં કામ કરવા માટે અંગ્રેજ સરકાર હિંદુસ્તાનથી હજારો મજૂરો બોલાવતી એ મજૂરો ગિરમિટિયા કહેવાતા. આ ઠરાવ જોઈને બાપુ ઉકળી ઉઠ્યા. તેમનામાં ભળ્યા, તેમનો જ વેશ ધારણ કર્યો અને તેમના દુ:ખોની વાત સાંભળી. લેખક લખે છે કે, ગાંધીજીના હાથે ત્રણ પાઉન્ડ ના કર વિરુદ્ધ દક્ષિણ આફ્રિકામાં લડાયેલી સત્યાગ્રહની લડાઈમાં બાપુએ કઠોર તપસ્યા કરી છે. ભૂખ્યા ગિરમિટિયાઓ સાથે ચાર મહિનાના એકટાણાં કરીને મોંઘા ફળો પણ લેતા નહીં. સવારે ચાર વાગ્યે ઊઠીને સાડા ચાર હજાર માણસોની રસોઈ મંડાવી દેતાં. અને દરેક પંગતનું બરાબર ધ્યાન રાખતા કે કોઈ જમ્યાં વગરનો ના રહે અને કોઈ બે વાર ના જમે. રાતના દસ સુધી આ ક્રમ ચાલતો. દસ વાગ્યા પછી દરેકને સુવાનું મળ્યું છે કે નહીં તે જોઈ આવતા. રાતે બાર વાગે ઊંઘી ત્રણ વાગે ઊઠી જતા અને તૈયાર થાય ત્યારે જ ફળાહાર કરી લેતાં. પછી એમને જરાય સમય મળતો નહીં.

ગિરમિટિયાઓ સાથે લડત ચલાવતાં ચલાવતાં એમણે થોડી વકીલાત કરી. બાકીનો સમય સેવા અને એમાંય જે સમય મળ્યો તેનો ઉપયોગ ધર્મના અભ્યાસમાં કર્યો. શ્રીમદ્ રાજચંદ્ર સાથે પત્રો દ્વારા ખૂબ વિચારોનું અને સિદ્ધાંતોનું આદાન-પ્રદાન કર્યું. હિંદુસ્તાન પરત આવ્યા. આવીને કલકત્તા, મુંબઈ, મદ્રાસ અને બીજા શહેરોમાં ફરી વળ્યા. લોકમાન્ય ટિળક, ગોખલેજી, ભંડારકર, રાનડે, ફિરોજશાહ મહેતા જેવા આગેવાનો તથા છાપાઓના અધિકારીઓના દરવાજે દરવાજે જઈ આફ્રિકાના હિંદી ગિરમિટિયાઓની સ્થિતિની જાણ કરી.

એક મહિનો રાજકોટમાં રહીને લીલા પૂઠાની એક પત્રિકા છપાવી અને એની વીસ હજાર નકલ છપાવી હિંદુસ્તાન અને વિલાયતમાં બહોળો પ્રચાર કર્યો. અને ત્યારે જે સમય મળ્યો તેમાં કુટુંબના અને બીજા બાળકોના ભણતર, સમયપત્રક અને કસરતોની સૂચના આપી. જ્યાં જ્યાં ગયા ત્યાં બધી બાબતોમાં રસ લીધો.

બે વર્ષ પછી સહકુટુંબ નાતાલ ગયા. ડરબન જે દિવસે સ્ટીમરો પહોંચી ત્યારે ગોરાઓ લીલા ચોપનિયાના લીઘે ખૂબ ચિડાયેલા હતાં. પાછાં જાઓ... પાછાં જાઓ... ના નારા લગાવ્યા. પૂરાં ત્રેવીસ દિવસ સુધી સરકારે એ સ્ટીમરોને અંદર આવવા ના દીધી. છેવટે ગોરાઓ ટાઢા પડ્યા અને સ્ટીમરોને આવવા દીધી. બધાં ઉતારૂઓ અને પોતાનું કુટુંબ મુકામ પર પહોંચી ગયા ત્યારે બાપુ ઉતર્યા અને પાઘડીથી ઓળખાઈ ગયા. ગોરાના ટોળાએ ભેગા થઈને કાંકરાં અને સડેલા ઈંડાઓનો વરસાદ વરસાવ્યો અને ગડદા-પાટુંથી પુષ્કળ માર માર્યો. એક જણે બચાવી લીધાં અને પોલીસ રક્ષણ હેઠળ તેમને મુકામ પર પહોંચાડવામાં આવ્યા. સરકારે હુમલો કરનારાઓ પર દાવો કરવાની સૂચના આપી પણ બાપુએ ના પાડી.

આ ઘટનાઓમાં બાપુની કર્તવ્યનિષ્ઠા, ક્ષમાભાવનાના આપણને દર્શન થાય છે. દરરોજ આત્મચિંતન કરવાની તેમની નિષ્ઠા તેમને ઘણે ઊંચે લઈ ગઈ છે અને મહામાનવ તરીકે ઉભરતા ગયા. હવે તેમને સલાહ અને ચર્ચાથી થતી સેવા અધૂરી લાગી. તેમણે દરરોજ બે કલાક શારીરિક શ્રમવાળી સેવા કરવાનું વિચાર્યું. ધર્માદા દવાખાનામાં કામ કર્યું, માંદાઓની માવજત કરી, રક્તપીતનાં એક રોગીને ઘરમાં રાખીને સેવા કરી. હરિજન મહેમાનોના પાયખાના જાતે આગ્રહપૂર્વક સાફ કર્યા અને બા પાસે કઠોર બનીને કરાવ્યા. ડરબનમાં જ્યારે મરકી ફેલાઈ ત્યારે મ્યુનિસિપાલિટીને હિંદી લતાઓની સફાઈમાં મદદ કરી અને સ્વચ્છતાનું મહત્વ સમજાવ્યું.

જ્હોનિસબર્ગની સોનાની ખાણ નિમિત્તે અંગ્રેજો બોઅર લોકો સાથે લડ્યા ત્યારે પોતે ન્યાય બ્રિટિશની સામેના પક્ષમાં જોતા હતા છતાં

પોતે સામ્રાજ્યની પ્રજા છે એટલે સામ્રાજ્યની સેવા કરવી જોઈએ એમ વિચારીને 1100 હિંદી યુવાનો સાથે પાટા-પીંડીની તાલિમ લઈને ધાયલોની સેવા કરી. દક્ષિણ આફ્રિકામાં હિંદીઓની પ્રતિષ્ઠા વધી એટલે હિંદુસ્તાન સેવા કરવાની ઇચ્છાથી ઘરબાર સમેટી હિંદુસ્તાન આવ્યા. હિંદીઓએ સોના-ચાંદી, ઘડિયાળ, હીરાની વીંટી, સોનાનો હાર ભેટમાં આપ્યા; એમને આખી રાત ઊંઘ ના આવી. જાહેર સેવાનો બદલો આ રીતે લેવામાં પોતાનો નાશ લાગ્યો. બાને રોવડાવી સમજાવી એ કીમતી દાગીનાનો મોહ છોડાવ્યો. હજારોની કિંમતની ભેટ બેંકમાં મૂકી તેનું ટ્રસ્ટ કર્યું.

હિંદુસ્તાન આવીને દેશનો અનુભવ લેવા નાના મોટા પ્રવાસો રેલવેના ત્રીજા વર્ગમાં હેરાનગતિ ભોગવીને કર્યા. અનેક નેતાઓ સાથે ગાઢ પરિચય કર્યો. રાજકોટ આવીને બેરિસ્ટરનું કામ શરૂ કર્યું અને ગોખલેનો આગ્રહ થતા મુંબઈમાં બેરિસ્ટરનું કામ કરવા અને બાકીનો સમય સેવામાં તેમનો સાથ આપવા મુંબઈ સ્થાઈ થયા. માંડ બે ચાર મહિના થયા હશે અને દક્ષિણ આફ્રિકાથી તાર આવ્યો. તેમને ત્યાં જવું પડ્યું. ત્રીજીવાર તો માત્ર બે-ચાર મહિના માટે ગયા હતા અને બાર વર્ષ રોકાઈ જવું પડ્યું. આ બાર વર્ષ તેમની ઉગ્ર તપસ્યાના ગણાય છે.

જ્હોનીસબર્ગમાં વકીલાતની સનદ મેળવી બેરીસ્ટર તરીકે નામની ફી લઈને અનેક લોકોને હક અપાવવાના દાવા જીતવા માંડ્યા. મૂળ સંસ્કૃતમાં ગીતા વાંચી અને દાતણ કરતા કરતા તેર અધ્યાયો ગોખી લીધાં. ઈન્ડિયન ઓપિનિયન નામનું છાપું કાઢ્યું અને હિંદીઓને રાષ્ટ્રીય કેળવણી અને સારા-નરસાનો ભેદ કરતા શિખવાડ્યું. થોડા સમય બાદ જ્હોનીસબર્ગમાં આકરો વરસાદ પડ્યો અને સોનાની ખાણમાં મજૂરી કરતા મજૂરોમાં મરકીનો રોગ ફાટી નીકળ્યો. ગાંધીજી મારતી સાયકલે ત્યાં પહોંચ્યા. એક અવાવરું ઘર સાફ કરી, ગાદલા, ગોદડા માંગી ત્રેવીસ દરદીઓની ખૂબ સેવા કરી છતાં વીસ દરદીઓ મૃત્યુ પામ્યા. એમનો સેવાભાવ જોઈને ગોરાઓ ચકિત થઈ ગયા. જ્હોનીસબર્ગથી ડરબન ટ્રેનમાં આવતા અંગ્રેજી લેખક જ્હોન રસ્કીનનું "અન ટુ ધી લાસ્ટ" વાંચ્યું અને સર્વોદયના સિદ્ધાંતનો જન્મ થયો.

ખેડૂતનું ઉત્તમ જીવન જીવવાની તેમને હોંશ થઈ. ફિનિક્સમાં સો એકરનું વિશાળ ખેતર ખરીદી લીધું. ફિનિક્સને વસાવવામાં ખાસ્સી મહેનત અર્થાત કઠોર પરિશ્રમ કર્યો હતો. ઘરો જાતે બાંધવામાં આવ્યા હતા, છાપખાનું પણ શરૂ કરાયું હતું. ખેતીકામથી ફળો, ફૂલો અને ધાન ઉગાડવામાં આવ્યા હતાં. ખેતરાઉ શાળા પણ ચાલતી અને સમયપત્રક પણ એમણે જ તૈયાર કર્યું હતું.

નાતાલ સરકારે ઝુલુઓ પર નવો કુબા વેરો નાખ્યો. હબસીઓ સામે થયા તો કત્લો કરવા માંડી. ગાંધીજી "ઘાયલ સેવક ટુકડી" લઈને પહોંચ્યા અને કોઈપણ જાતની સુગ વગર પ્રેમ નીતરતી આંખે ઘાયલોની સેવા કરી. ખૂની કાયદા પર શહેનશાહ એવોર્ડની સહી અટકાવતા ગાંધીજી ફરી એકવાર આગળ આવ્યા. સરકારે મચક આપી નહીં અને 48 કલાકમાં ટ્રાન્સવાલ છોડી દેવાનો હુકમ થયો. પણ એ ગયા નહીં એટલે બે મહિનાની સાદી જેલ થઈ. એ પછી તો લડતની ખૂબ જ કરુણ અને સંવેદના ભરી વાતો છે જેમાં બાપુનું આત્મબળ અને નિર્ભયતા પ્રગટ થાય છે.

દક્ષિણ આફ્રિકાના રાજ બંધારણમાં ફેરફાર થતો હતો તે તકનો લાભ લેવા સત્યાગ્રહ સભાએ તેમને વિલાયત મોકલ્યા. ત્યાં ત્રણ મહિના રહીને પાછાં ફરતા સ્ટીમરમાં નવ દિવસમાં એકવીસ પ્રકરણવાળું હિંદ સ્વરાજ લખ્યું. આ અદ્ભુત પુસ્તક જતે દિવસે ગાંધી-ગીતા તરીકે ઓળખાયું.

જ્હોનીસબર્ગમાં જર્મન મિત્ર મિ. કેલનબેક ગાંધીજીના નિકટના મિત્ર હતા. ટોલસ્ટોયના ફાર્મની જમીન પણ એમની હતી. આ મોટા ખેતરમાં ગાંધીજીએ સત્યાગ્રહી કુટુંબના બાળકો અને સ્ત્રીઓને વસાવ્યા હતા અને સૌને આદર્શ સત્યવાદી બનાવવાની તાલિમ આપવા માંડી હતી. અંતે નવી ધારાસભામાં ખૂની કાયદો રદ કરવાની જાહેરાત થઈ ત્યારે ટોલસ્ટોય ફાર્મમાં શિક્ષણ અને તાલીમનું જુસ્સાભર્યું વાતાવરણ હતું. સમાધાન થયા પછી ત્યાં વસતા લોકો પોતપોતાના ઘેર ગયા. થોડા રહ્યા તેમને લઈને ગાંધીજીએ ફિનિક્સમાં આવીને થાણું નાખ્યું. પછી

પણ બધાં જ પ્રયત્નો નિષ્ફળ ગયા અને ઉંધા મુદ્દાવાળો કાયદો પસાર થયો જેનાં ઉપર શહેનશાહ પંચમ જ્યોર્જે સહી કરી. તેના વિરુદ્ધ બાપુએ સત્યાગ્રહનું વિરાટ સ્વરૂપ પ્રગટાવ્યું. નબળા ઉપવાસી શરીરે આખા દ. આફ્રિકામાં ફરી વળ્યા. બહેનોને પણ સામેલ કરી. આ ફ્રયમાં શરીર સુકાઈ ગયું. સરકારે પકડયા અને એક વરસની કેદ થઈ પણ ચાલીસમાં દિવસે છોડી મૂક્યાં. છેવટે સરકાર ઝૂકી ગઈ અને હિન્દીઓને રાહત આપતો કાયદો પ્રસિદ્ધ કર્યો. જે જે માંગણી ગાંધીજીએ લડત ઉપાડતા પહેલાં કરી હતી બધી મંજૂર થઈ. ખૂની કાયદો ગયો. રંગભેદનું નામ ના રહ્યું. હિંદી રીતે થયેલા લગ્નો માન્ય મનાયા અને ત્રણ પાઉન્ડનો કર નાબૂદ થયો. ભારે જય જયકાર વચ્ચે હિન્દુસ્તાન આવવા માટે વિદાય લીધી. હિન્દુસ્તાનમાં પગ મૂક્યો ત્યારે આ મહાન આત્મા મહાત્મા બની ચૂક્યો હતો.

(અન્ય લેખકોની કલમે: મહાત્મા ગાંધીના સંદર્ભે આપેલું વક્તવ્ય.)

4
ક્રોસ રોડ

સાહિત્યમાં રાષ્ટ્રભાવના માટે Yeatsનું quote યાદ આવે છે. "There is no great literature without nationality and there is no great nationatily without literature"વિશ્વના દરેક સાહિત્યમાં રાષ્ટ્રભાવના ઉજાગર કરતી, પોતાના વતન પ્રત્યે પ્રેમ દર્શાવતી કૃતિઓ આપણને જોવા મળે છે. ભારતના જ સાહિત્યમાં રાષ્ટ્રભાવનાને કેન્દ્રમાં અથવા પશ્ચાતભૂમિમાં રાખીને વિશાળ ફલક પર સર્જન થયું છે. એમાંય ગુજરાતી સાહિત્ય લઈએ તો અનેક લેખકોએ રાષ્ટ્રભાવનાના રંગે રંગાયેલી કૃતિઓ આપી છે, જેમાં ક.મા.મુનશી, ઉમાશંકર જોશી, ર.વ.દેસાઈ, ઝવેરચંદ મેઘાણી અગ્ર ક્રમમાં આવે. મેઘાણી તો રાષ્ટ્રશાયરનું બિરુદ પણ પામ્યા છે. 'ક્રોસરોડ' નવલકથાના લેખક વર્ષા અડાલજા ગુજરાતી સાહિત્યકાર શ્રી ગુણવંતરાય આચાર્યના દીકરી છે. તેમની નવલસૃષ્ટિ ત્રણ પ્રકારની રહી છે. દસ્તાવેજી-સામાજિક અને ક્યારેક રહસ્યકથાની, નારી ચેતના અને નારી સમસ્યાનું આલેખન એમની વિશેષતા છે. તેમને ઘણાં પુરસ્કારો ઉપરાંત દિલ્હી સાહિત્ય એકેડેમીનો એવોર્ડ પણ મળેલો છે. તેમની 'ક્રોસ રોડ' નવલકથાને 2018નો દર્શક એવોર્ડ પ્રાપ્ત થયો છે. 'ક્રોસરોડ' નવલકથાનું આખું નામ છે 'બદલાતા સમાજનું પ્રતિબિંબ.' 560 પાનાની આ દળદાર નવલકથાના મુખપૃષ્ઠ પર ત્રણ સાલ અંકિત કરેલી છે. 1930-1940-1970. લગભગ 50 વર્ષનો સમયગાળો

આવરી લેવામાં આવ્યો છે. નવલકથાના શિર્ષક માટે એક વિવેચનમાં ઉલ્લેખ હતો કે, સુભાષબાબુની આત્મકથાનું નામ 'ક્રોસરોડ' છે. એમના માટે I.A.S.ની ડિગ્રી કલેક્ટર થવું કે દેશ માટે મરવું એ ક્રોસરોડ હતા. કારખાનાના મેનેજર બનવું કે સિંધુડો ગાવો એ મેઘાણી માટે ક્રોસરોડ હતા. અહીંયા વિષ્ણુ-રામચંદ્ર-મહમ્મદ જેવા લાખો લોકો ઉભેલા હતા જેમના માટે કુટુંબ કે દેશ એ નક્કી કરવું સહેલું નહોતું માટે જ આ નવલકથાનું શિર્ષક 'ક્રોસરોડ' છે.

આ નવલકથામાં એક તરફ દેશના સ્વાતંત્ર્યની ચળવળ ચાલે છે તો બીજી તરફ સ્ત્રીઓ પર આચરવામાં આવતા જુલ્મોની કથા એમ સમાંતર પ્રવાહ ચાલે છે. છતાં પણ કહી શકાય કે સામાજિક દૂષણરૂપ સ્ત્રીઓની વેદનાને પ્રાધાન્ય અપાયું છે. સ્વતંત્રતાની ચળવળમાં દસ્તાવેજી ચિત્રણ ઊડાણથી કરવામાં આવ્યું છે પણ પુરુષ પાત્રો પ્રભાવ પાડી શક્યા નથી. વિષ્ણુ, રામચંદ્ર, રણછોડ, ભવાનીશંકર ક્યાંક ક્યાંક પ્રભાવક બને છે પણ તરત સ્ત્રીઓ પોતાના હાથમાં દોર લઈ લે છે. કારણ કે આ કથા નારીપ્રધાન છે.

સૌરાષ્ટ્રના લખતર ગામથી શરૂ થતી આ કથા સ્વાતંત્ર્યપૂર્વેના હિંદુસ્તાનના રૂઢિચુસ્ત, અજ્ઞાનના અંધકારમાં અટવાતા, બંધિયાર તેમ જ સંકુચિત ગ્રામ-સમાજની દશા ઉઘાડી પાડે છે. પચાસ વર્ષના લાંબા ફલક પરથી પસાર થતી આ કથામાં બાળવિવાહ, બાળવિધવા પર થતા અત્યાચારો, દીકરીને દૂધ પીતી કરી દેવાની કલંકરૂપ ઘટનાઓ, પુરુષની વાસનાને ના છૂટકે તાબે થતી અને પરિણામે બાળકો જણી જણીને કંતાઈ જતી મહિલાઓ અને સમાજના અન્ય દૂષણોની પીડાસભર વાતોને અહીં ગૂંથી લીધી છે. પાત્રાલેખન વૈવિધ્યપૂર્ણ છે એટલે છેક સુધી રસ જળવાઈ રહે છે. કથાની નાયિકા કુમુદ છે જેની ઉંમર નવલકથા શરૂ થાય ત્યારે આઠ વર્ષની છે અને દાદી બની ગયેલી કુમુદથી કથાનો અંત છે. નાયિકા સિવાયના પણ દરેક સ્ત્રીપાત્રો કથાને આગળ વધારવામાં અથવા તો સમયને પરિવર્તીત કરવામાં એટલાં જ મહત્વના છે.

લખતર ગામના ત્રણ પરિવારો કેન્દ્રમાં છે. એક અભિમાની શ્રીમંત વેપારી ભવાની શેઠ અને તેની અદોદળી પત્ની ફૂલબેન, બીજા દરબારગઢના ઠાકુર પ્રતાપસિંહ અને પત્ની ઈન્દુબા અને ત્રીજું જયાબાનું બ્રાહ્મણ કુટુંબ કેન્દ્રમાં છે. જયાબા ભર યુવાનીમાં વિધવા થયા છે. નાની ત્રણ દીકરીઓ અને મોટા વિષ્ણુ થઈને પાંચ જણના પરિવારના નિર્વાહ માટે તેઓ મંદિરનું પાણી ભરે છે. વિષ્ણુ ગામના દરબાર પ્રતાપસિંહ બાપુને ત્યાં નોકરી કરે છે પણ એને સંતોષ નથી. એના વિવાહ તુટી ગયા છે. એને શહેરમાં જવું છે, બહેનોને વળાવવી છે, જયાબાને પાણી ભરવાનું કામ છોડાવવું છે. હૈયું આશાઓ અને અરમાનોથી છલોછલ છે. શહેરમાં જવાનું બીજું કારણ એનો મિત્ર રામચંદ્ર છે. એ કલકત્તા ગયેલો છે. જ્યારે ગામ આવે ત્યારે વિષ્ણુ એને સાથે લઈ જવાની જીદ કરતો હોય છે. પણ કોઈ અકળ કારણસર રામચંદ્ર એની વાતને પાછી ઠેલ્યા કરે છે એ દરમિયાન કુમુદના વિવાહનું માંગુ, ગામના સુખી અને અભિમાની ભવાનીશેઠના ઘેરથી આવે છે. જયાબા ના પાડી શકતા નથી. વિષ્ણુનું મન ચિત્કાર કરી ઉઠે છે, એને ખબર છે કહેવાતા સુખી ઘરમાં એની બહેન રુંધાઈ જશે. વિષ્ણુનું મન ઉઠી જાય છે.

ફળિયામાં બીજું ઘર છે સમુકાકીનું. સમુકાકી સુવાવડો કરાવે છે. દરબાર ગઢમાં ઈન્દુબાની સુવાવડો કરાવવા જાય છે. એમની કૂખે એક પછી એક ત્રણ દીકરીઓ જન્મે છે અને એ દીકરીઓને દૂધ પીતી કરી દેવાના દ્રશ્યો અરેરાટી ઉપજાવી દે એવા છે. એમની એકની એક દીકરી વાસંતી અને કુમુદ ગાઢ સખીઓ છે, એ વિષ્ણુને મનોમન પ્રેમ કરે છે. સમુકાકી ગામમાં ને ગામમાં રહેતા બીજવર સાથે એને પરણાવી દે છે. એક દિવસ રામચંદ્ર લેવા આવે છે અને વિષ્ણુ ઘર છોડે છે. એ રામચંદ્ર સાથે કલકત્તા આવે છે. એણે બહારની દુનિયા જોઈ નથી. ગીચોગીચ વસતી અને ગરીબીમાં સબડતી ચાલીની દુનિયા જોઈને ડઘાઈ જાય છે. ઈંડામાં ભરચક દાણા ભર્યા હોય એમ અડોઅડ એકમેક પર ખડકાયેલી ઓરડીઓમાંથી આવતી દુર્ગંધ ગરીબાઈ અને લાચારી કરૂણતા ઉભી કરે છે. રામનો સાથીદાર મહમ્મદ છે. મહમ્મદ

રસોઈ સરસ બનાવે છે. વિષ્ણુ તો હેબતાઈ જાય છે. પોતે બ્રાહ્મણ અને મુસલમાનના હાથની રસોઈ ? પણ ધીમે ધીમે ગોઠવાતો જાય છે. આ લોકો 'યુગાંતર' પ્રેસમાં નોકરી કરતા હોય છે જ્યાં ક્રાંતિકારી પ્રવૃત્તિઓ ચાલતી હોય છે. વિષ્ણુને પહેલા તો કશું કહેતા નથી, પણ એક દિવસ આવે છે કે મહમ્મદ અને રામચંદ્ર વિષ્ણુને બધી વાત કરે છે. વિષ્ણુને ચક્કર આવી જાય છે. ઓરડી ગોળ ગોળ ફરતી લાગે છે. જયાબા દેખાય છે. એની કૌટુંબિક જવાબદારીઓ દેખાય છે. અહીં મહમ્મદનું પાત્ર મુસ્લિમ યુવકોનું પ્રતીક છે. સ્વાતંત્ર્યતાની ચળવળમાં ઘણાં મુસલમાન યુવકો શહિદ થયા હતા. ગાંધીજીના સાથીદારોમાં મૌલાના અબ્દુલ કલામ આઝાદને કોણ નથી ઓળખતું? મહમ્મદ એને સમજાવે છે કે આ વિશ્વમાં આપણી ત્રણ માતા છે. પહેલી જગત જનની, બીજી જન્મદાત્રી અને ત્રીજી માતૃભૂમિ. આજે દેશ અંગ્રેજોની ગુલામીની જંજીરોમાં જકડાયેલો છે. આપણે સહુ ગુલામ છીએ. માતૃભૂમિને ગુલામીની જંજીરોમાંથી છોડાવવી એ જ માત્ર એમના જીવનનું ધ્યેય છે. વિષ્ણુ ભયભીત થઈ જાય છે. મિત્રો એને મન ના હોય તો પાછા વળી જવાનું કહે છે, પણ વિષ્ણુ માભોમની આઝાદીના રસ્તે જવાનું પસંદ કરે છે. જનોઈ ઉતારીને અને ચોટી કાપીને ગંગામાં વહાવી દે છે.

અહીંથી રાષ્ટ્રીય ચળવળનો માહોલ છે. છૂપા મિલનકેન્દ્રો, પત્રિકાઓ, રીવોલ્વરો, બોમ્બ પકડાઈ જવાથી થતી કરુણાંતિકાઓ વગેરેને ઉલ્લેખ છે. ક્રાંતિકારીઓના ઉલ્લેખ છે. અરવિંદ ઘોષની નેતાગીરી નીચે ચાલેલી ચળવળના અંશો છે. વિવેકાનંદના લેખોનો ઉલ્લેખ છે. કલકત્તાનું એ સમયનું આબેહુબ ચિત્રણ છે. સત્યનો આધાર લઈને ચળવળનું બારિકાઈથી આલેખન કરેલું છે. (વર્ષાબેન પોતે માહિતી એકઠી કરવા કલકત્તા ગયેલા.)

હવે પાછું ગામનું દ્રશ્ય છે. ગામમાં પણ રાષ્ટ્રીય ચળવળની અસર દેખાય છે. સહકારી મંડળીઓ ઉભી થઈ ગઈ છે. નક્કી કરેલા ભાવ પ્રમાણે પૈસાની ચુકવણી કરવી પડે છે. ભવાનીશંકરે અત્યાર સુધી ખેડૂતોના લોહી ચૂસીને લીલાલહેર કરી છે. હવે ધાર્યા પૈસા મળતા નથી એટલે ભાંગી પડ્યા છે. બીજી બાજુ ગોવિંદ (કુમુદનું સગપણ

થયું છે) આફ્રિકા જવાની જીદ લઈને બેઠો છે. એ જમાનામાં બહુ લોકો આફ્રિકા જતા અને વહાણ ભરીને લાવતા. એ રીતે ગોવિંદને પણ મોટા માણસ બનવું છે, લહેર કરવી છે અને કુમુદ અને ગામના લોકો પર રોફ મારવો છે. બાપાને થાય છે પરણાવી દઉ એટલે જવાનું નામ નહિં લે. ઘડિયા લગ્ન લેવડાવે છે. જયાબાનું કશું ચાલતું નથી. વિષ્ણુ છે નહિં, મોટી લક્ષ્મી સાસરેથી આવી છે, પણ સાવ નંખાઈ ગઈ છે. ભવાનીશંકરનું ધમંડ અને તેમના નિઃસંતાન ભાઈ-ભાભી કેશવ અને રુક્મણીની જોહુકમી મર્યાદા વટાવી જાય છે. ભીખારીને વળી લગ્નની શી તૈયારી? મહેણાટોણાનો વરસાદ વરસાવે છે અને જયાબાની લાચારીનો લાભ લઈ નાનીબેન ઉષાનું વૈવિશાળ રુક્મણીના ભાઈ સાથે કરી નાખે છે, જે મુંબઈ મિલમાં નોકરી કરવા ગયો છે. કુમુદનું લગ્ન પતી જાય છે.

આ બાજુ રામચંદ્ર, મહમ્મદ અને વિષ્ણુ ચંદ્રપુર જાય છે. ફ્રેન્ચ સંસ્થાનનું એ પાટનગર છે. અરવિંદ ઘોષે પસંદ કરેલું છે. આ ત્રણ જણને શસ્ત્રો સાથે ફ્ન્ટયર મેલ પર હુમલો કરવાનો છે. આ ત્રણ જણ શસ્ત્રો લઈને આવતા હોય છે અને પોલિસને ખબર પડી જાય છે. ધમાલ થાય છે. ત્રણે જણ છટકી જાય છે પણ ક્રાંતિકારીઓના લીસ્ટમાં તેમના નામ દાખલ થઈ જાય છે. વિષ્ણુના શ્યામજી વર્માના લેખોનો સુંદર અક્ષરોમાં ગુજરાતી અનુવાદ અને ફ્રેન્ચ ક્રાંતિ પર લખેલો લેખ વાંચીને રામચંદ્ર ખુશ થઈ જાય છે. વિષ્ણુના પાત્રની આ વિશિષ્ટતા દર્શાવતી એક જ લાઈન વર્ષાબેને વાપરી છે. મને એક વિદેશી ફિલ્મ 'No Man's Land' યાદ આવે છે. અહીં man (પુરુષનું) પાત્ર ધ્યાનમાં આવે તે પહેલા વિદાય થઈ જાય છે.

બંગાળ ધરતીકંપની જેમ ધણધણી ઉઠે છે. કડક જાપ્તા નીચે પણ રેલવેનો સરકારી ખજાનો લૂંટાઈ જાય છે. વિષ્ણુ અને મહમ્મદ ભાગી છૂટે છે. રામચંદ્ર પકડાઈ જાય છે. તેમણે વેશપલટો કરીને ગુજરાતમાં ઉતરી જવાનું હતું. બંને જણ ઝરણા કાંઠે આવે છે. વિષ્ણુ ત્યાં જ આડો પડે છે. મહમ્મદ ભેખડ પર ચઢીને સુવાનું વિચારે છે. પણ કુદકો મારવા જાય છે અને પગ લપસે છે. એ પછડાય છે અને થેલીમાં રહી

ગયેલો એક બોમ્બ ફુટે છે. ભયંકર ધડાકા સાથે મહમ્મદના રામ રમી જાય છે. વિષ્ણુ ફાટી આંખે જોઈ રહે છે.

હવે ગામમાં જોઈએ. ગોવિંદ લગ્ન બાદ કોઈને કહ્યા વગર ઘરમાંથી ચાલી જાય છે. ભવાનીશંકર અને ફુલબેન ભાંગી પડે છે. કેશવ-રૂક્ષમણી ખુશ થાય છે. જયાબાની સ્થિતિ દયનીય છે. લક્ષ્મીને દીકરો આવ્યો છે. પોતાના દીકરાના સમાચાર નથી એમાં વળી જમાઈ પણ ગુમ થઈ ગયો છે. જયાબા પૂછપરછ કરવા જાય છે તો અપમાનિત થઈને પાછા ફરવું પડે છે. શેઠનું અભિમાન હજી અડીખમ છે. રોજ એક નવી કરૂણતાની સાથે સ્ત્રીઓનું જીવન વહી રહ્યું છે. સમય પસાર થતો રહે છે. દલપતમામા શહેરમાંથી શાળાના છોકરાઓ માટે લીલીકેસરી ધજા લાવ્યા છે. બાપુ, નહેરુ અને સરદારની જે બોલાવે છે. કુમુદ અને ઉષા ભારતમાતાના ગીતો ગણગણતા થયા છે. વાસંતી સાસરામાં કામના બોજાથી થાકી જાય છે. સસરો જાનવર છે. પરિવર્તનનો પવન શરૂ થયો છે. ખેડૂતો ઊંચા આંખે વાત કરતા થઈ ગયા છે, ભવાનીશંકર અકળાયેલા રહે છે. એવામાં ગોવિંદના મૃત્યુના સમાચાર આવે છે. ગોવિંદ વહાણવટુ બંધ હતું અને જતો રહેલો. અટવાતો અટવાતો કેટલીય યાતનાઓ વેઠી આફ્રિકા પહોંચે છે. ત્યાંની ગંદકી, સમુહ રસોડા, બણબણતા મચ્છરો અને ગુલામોની હેરાફેરી જોઈ થથરી જાય છે. માંદો પડી જાય છે. ઘર યાદ આવે છે. ત્યાંની સાયબી યાદ આવે છે. છેવટે મન મક્કમ કરી 'લીલાવતી' જહાજમાં બેસી જાય છે અને જહાજ દરિયાઈ તોફાનમાં 'લીલાવતી' ડૂબી જાય છે. ગામ ઘેર ઘેર આગની જેમ સમાચાર પ્રસરી જાય છે. ભવાનીશંકરનું સર્વસ્વ લૂંટાઈ જાય છે. ફૂલબેન માટે શહેરમાંથી ડોક્ટર બોલાવવા પડે છે. આવા કરૂણ વાતાવરણમાં કુમુદના વાળ ઉતારવાનું દ્રશ્ય હૈયાને હચમચાવી દે છે. કુમુદને લોકો છપ્પરપગી, અભાગણી કહીને અપમાનો કરે છે. જયાબાનું ફળિયુ જે ગોરબાપાના ફળિયા તરીકે ઓળખાતું હતું તે હવે રાંડીરાંડના ફળિયાથી ઓળખાય છે.

વિષ્ણુ ગુજરાત પાછો ફરે છે. એની જ ગાડીના ત્રીજા વર્ગના ડબામાં ગાંધીજી મુસાફરી કરી રહ્યા હતા. પહેલીવાર ગાંધીજીનો ઉલ્લેખ છે.

સ્ટેશને સ્ટેશને લોકોના ટોળેટોળા જોઈને વિષ્ણુ વિસ્મય પામે છે. ગાંધીજીની અહિંસક ચળવળ, સત્યાગ્રહ, માનવ મહેરામણમાં એકત્વની ભાવના વિષ્ણુને વિચાર કરતો કરી મૂકે છે, એ ઘેર જાય છે, જયાબા સાથેનો મેળાપ કરુણ છે. બધા સાથે માંડીને વાત થાય છે. વિષ્ણુ જયાબાને કુમુદને આશ્રમમાં લઈ જવા માટે સમજાવે છે. કુમુદનું દુઃખ એમના માટે અસહ્ય છે. છેવટે વિષ્ણુ કુમુદને લેવા આવશે કહીને ભરુચ જાય છે. મહમ્મદ અને રામચંદ્ર જ્યાં મિત્રો બનેલા તે અખાડાના માલિક છોટુભાઈ પુરાણીને મળે છે. અહીં પરાશર સાથે મુલાકાત થાય છે. પરાશર 'મશાલ' સાપ્તાહિકમાં પત્રકાર છે. સાથે સાથે ઉભરતો લેખક પણ છે. એ વિષ્ણુને થોડા ઉતારા લખવાનું કામ સોંપે છે. ગાંધીજીના પ્રવચનોનો એના પર ઊંડો પ્રભાવ પડે છે. એ ગાંધીજીને જોઈને જ કલકત્તા જવું એવો નિર્ણય કરે છે.

એક રાત્રે ઘેર આવીને વિષ્ણુ કુમુદને આશ્રમમાં લઈ જાય છે. ઉષાને હિંમત આપે છે કે 'સાચવી લે જે.' ગામમાં ખરેખર ધમાલ થાય છે. લોકો જાણે છે કે, જયાબા એ કુમુદને આશ્રમમાં મોકલી દીધી છે. રુક્મણી વીફરેલી વાઘણની જેમ આવે છે. જેમ ફાવે તેમ બોલે છે અને ઉષાના વિવાહ ફોક કરે છે. ભવાનીશંકર અને કેશવ આવે છે પણ સ્ત્રીઓ બરાબર ટક્કર ઝીલે છે. છેવટે ભવાનીશંકર જયાબાને નાત બહાર મુકે છે. એમને મંદિર જવાનું બંધ થઈ જાય છે. કોઈની સાથે વહેવાર રહેતો નથી. ખાવાના સાંસા થઈ જાય છે. પણ સમુકાકીનો હવેલી સાથેનો સંબંધ અને મંદિરના ગોરબાપાની લાગણી એમનું ગાડુ ચલાવે છે. આટલી વિપદાઓમાં લક્ષ્મીના કોઈ સમાચાર નથી એવો ઉલ્લેખ છે.

વાસંતી પાછી આવે છે. ઘવાયેલી સ્થિતિમાં એના સાસુ જ પિયર મુકી જાય છે. વાસંતીની કરુણતા આંખમાં પાણી લાવી દે છે. તેનો પતિ પુરુષમાં નથી. સસરો પાશવી છે. મારઝુડ કરીને રોજ બળાત્કાર કરે છે. પતિ તો ખેતરે જ ગયેલો હોય. પણ જ્યારે એને ખબર પડે છે કે બાપ-દીકરો એક છે એ જાણી જોઈને ખેતરે જતો રહે છે ત્યારે વાઘણની જેમ વીફરે છે. સસરો કાબુમાં લેવા માટે ઘણી ધમાલ કરે છે. જ્યારે સાસુને

ખબર પડે છે ત્યારે વાસંતીને સાથ આપે છે અને પિયર મુકી જાય છે. સમુકાકી જાણે છે કે વાસંતી ગર્ભવતી છે તો ગર્ભપાત કરી નાખે છે. ગર્ભના લોચાને ફળિયામાં જ ખાડો ખોદી દાટી દે છે. ત્યાં સમય જતા લીલોછમ છોડ પાંગરી ઉઠે છે. નકારાત્મકતામાં પણ જીવન તો પાંગરે છે એ પ્રતીત થાય છે. વિષ્ણુ પહેલી જ વાર પરાશર સાથે ગાંધીજીને જોવા જાય છે. દાંડીયાત્રાનો પ્રારંભ થવાનો હોય છે. પરોઢે ચારના ટકોરા પડે છે અને ભજનો, શ્લોકો અને અલ્લાહઓ અકબરની બાંગ સાથે જ હવામાં ભળી જાય છે. ગાંધીજી બહાર આવે છે. તેમની આભામાં જ તેના હાથ જોડાઈ ગયા અને ગળામાંથી અવાજ નીકળે છે, "મહાત્મા ગાંધીની જય" અને વિષ્ણુ ગાંધી માર્ગે ચાલી નીકળે છે. દાંડીયાત્રામાં પરાશર સાથે સુંદર દ્રશ્યો અને વિચારો-વણી લીધા છે. ઝડપથી ઘટનાઓ ઘટતી બતાવી છે. લાઠીચાર્જ... જેલવાસ...

કુમુદને આશ્રમમાં ગમવા માંડ્યું છે. જૂદા જૂદા દુઃખોની મારી બહેનો આશ્રમમાં ભેગી થઈ છે. જાત જાતની પ્રવૃત્તિઓ ચાલે છે. શીવણ, ગૂંથણ, અભ્યાસ, રસોઈ બાગકામ, કુમુદને પરાશર મળે છે અને વિષ્ણુની ઈચ્છા પ્રમાણે બંને જણ કોર્ટમાં લગ્ન કરે છે. નાનકડા રૂમમાં સુખી ગૃહસ્થજીવન શરૂ થાય છે. થોડા દિવસ પછી એ લોકો જયાબાના આશીર્વાદ લેવા જાય છે. ભવાનીશેઠ અને કેશવ ગુસ્સાથી ફાટી પડે છે. ખાસ્સી ધમાલ થાય છે. પરાશર બધી તૈયારી સાથે જ ગયો હોય છે. કોર્ટના કાયદા બતાવે છે અને બધુ શાંત પડે છે. થોડી ચળવળની વાતો છે. પરાશર અને કુમુદની વાતો છે. કુમુદ અને પરાશર અમદાવાદ આવે છે. વિષ્ણુની વિદાય વસમી છે. એ ખૂબ ઘવાયેલો છે. સારવાર લીધી નથી. માંડ માંડ ગાડીમાં ચડ્યો છે. લખતર ગામે બીજાઓની મદદથી ઉતરે છે. પરાણે થોડુ ચાલે છે અને બેભાન થઈ જાય છે. લક્ષ્મણ ચમાર એને ગાડામાં નાખીને ઘેર લાવે છે ત્યાં સુધીમાં જીવ જતો રહ્યો હોય છે. ઘેર મૃતદેહ ઉતરે છે. જયાબા તો નાતબહાર છે. અંતિમ ક્રિયા કોણ કરે ? અહીં જયાબાની હિંમત અને એક સ્ત્રીની શક્તિ બતાવી છે. અંતિમ ક્રિયા સ્ત્રીઓ જ કરે છે. નનામી પણ ઉચકે છે. આગળ ઉષા દોણી લઈને ચાલે છે. આખુ ગામ સ્તબ્ધ બનીને જોયા કરે છે. નનામી પર ભારતનો ઝંડો છે. વિષ્ણુ અમર રહો... ભારત માતાકી જયના નારા છે. ક્રિયા-કરમ પતી જાય છે. નવસારીથી સ્વયંસેવકોની

ટુકડી આવે છે. માતાની અસાધારણ હિંમતને બિરદાવે છે. ફોટા પડે છે. ફોટા છાપામાં પણ આવે છે. જયાબાને પાછા નાતમાં લેવામાં આવે છે. દીકરીઓ હવે જયાબાને પાણી ભરવા જવાની ના પાડે છે. કુમુદ આવી છે પણ લક્ષ્મી નથી આવી. ઉષા લગ્ન નહિં કરવાનો નિર્ણય કરે છે. કુમુદ પાછી જવાની હોય છે ત્યારે લક્ષ્મી આવે છે. આવતાની સાથે બેભાન થઈ જાય છે. બે છોકરા છે. એક તો અહીં જ જન્મ્યો હતો પણ બીજાની તો કોઈને ખબર પણ નથી. મોટો દીકરો કહે છે બાપાએ કાઢી મુક્યા છે. ટ્રેનના પાટે પાટે ચાલતા કેટલાય દિવસે અહીં પહોંચ્યા છે. રસ્તામાં ભીખ પણ માંગવી પડેલી. કુમુદ અને પરાશરના સુખી લગ્નજીવનમાં પહેલો દીકરો ઋષિ અને બીજી દીકરી ચારુબાલા જન્મે છે. ઉષા ગામમાં નાની શાખા શરુ કરે છે અને થોડા પુસ્તકોથી પુસ્તકાલય. એ છાપામાં બહેનો માટેના તાલિમવર્ગની જાહેરાત વાંચે છે અને તાલિમ લેવા જાય છે. પાછી ફરે છે ત્યારે પંજાબી ડ્રેસ પહેરીને આવે છે. એમનું રાંદીરાંડનું ફળિયું આજે શહિદ ફળિયુ કહેવાય છે. કુમુદના બાળકો મોટા થતા જાય છે. કુમુદ 'મહિલા શક્તિસંઘ'માં કાર્યકર તરીકે જોડાય છે. ધીમે ધીમે કોચલામાંથી બહાર નીકળી આકાશ તરફ એની ગતિ છે. ત્યારબાદ બીજું વિશ્વયુદ્ધ છે. પરાશરને મુંબઈની એક ફિલ્મ કંપનીનું નિમંત્રણ મળે છે. કુમુદનો ઘરસંસાર નવેસરથી શરુ થાય છે. પરાશરનું નામ જાણીતું થવા માંડે છે. કુમુદ 'ગીરગામ મહિલા મંડળ'ની સલાહકાર સમિતિમાં જોડાય છે. બહેનો માટે સંગીતના વર્ગો ચાલુ કરાવે છે. ઘણી બહેનો જોડાય છે. વિશ્વયુદ્ધ ઝડપથી આગળ વધી રહ્યું છે. કોમી રમખાણો અને નાસભાગનું વાતાવરણ છે. કુમુદનું મહિલા મંડળનું કામ, પરાશરની વ્યસ્તતા, ઉષાનું રાહતશિબિરો અને છાવણીઓમાં જવું, મહિલાઓના દર્દ અને પીડાઓ, તેમના પર થતા પાશવી અત્યાચારો બધુ ઉષાની ડાયરીરૂપે લખાયું છે.

સમય સરતો જાય છે. પરાશરની એક ફિલ્મ હીટ ગઈ છે એટલે ફિલ્મ કંપનીના શેઠે સ્ટુડિયોની બહારની લોનમાં સહુકુટુંબ સાથે પાર્ટી રાખી છે. એમની ટીમમાં બે મુસલમાનો પણ છે. અચાનક તોફાનો શરુ થઈ જાય છે. પરાશર બે મિત્રોને બચાવવા તેમને લઈને સ્ટુડિયોમાં ઘુસી

જાય છે. ટોળું સ્ટુડિયોને આગ ચાંપી દે છે. પરાશર એમાં મૃત્યુ પામે છે. કુમુદ એકલી પડી જાય છે. મહિલા મંડળમાં ગૃહઉદ્યોગ શરૂ કરાવે છે અને વ્યસ્ત થઈ જાય છે. ભારત સ્વતંત્ર થાય છે. પંજાબમાં આભ તુટી પડે છે. હિંદુ અને શીખો પર કેર વરસે છે. સંપત્તિની લૂંટફાટ, સ્ત્રીઓ પર બળાત્કાર, કતલ, લોહિયાળ જંગ વગેરેના વર્ણનો છે. ઉષા લાહોર છાવણીમાં સેવા આપતા જાય છે. ત્યાંથી અમૃતસર અને દિલ્હીના વાતાવરણનો તાદર્શ અહેવાલ ઉષા-કુમુદના પત્ર-વ્યવહારરૂપે છે. નવલકથામાં વૈવિધ્ય ઉમેરવા માટે લેખકે પહેલા ડાયરી અને પછી પત્ર વ્યવહારના સ્વરૂપો ઉમેર્યા છે. ઉષા પાછી ફરે છે. એને ગામનો દરબાર ગઢ પ્રતાપસિંહના બેન દાનમાં આપે છે. હવે જયાબાનું ફળિયુ શક્તિપીઠના નામે ઓળખાય છે. આ બદલાતા સમયની તાસીર છે. સમયનું પરિવર્તન ચાર નામમાં રૂપાંતર પામે છે.

ઋષિ મોટો થઈ ગયો છે. એ આજના જમાનાનો પ્રતિનિધિ છે. સ્વાતંત્ર્યની લડતમાં પોતાના કુટુંબીજનોને ગુમાવી બેસનાર, આઝાદી આવતાની સાથે જ લોકોના બદલાયેલા સ્વાર્થી અને પોતાના જ સ્વાર્થને જોવાના અભિગમને અહીં કુમુદના દીકરા ઋષિ દ્વારા રજુ કરવામાં આવ્યો છે. તેની પત્ની પણ સ્વાર્થી અને અસંતોષી છે. કુમુદના ગૃહઉદ્યોગમાં પણ દિવસો બદલાય છે. બદલાવનો પવન બધે જ વાય છે. નવા ટ્રસ્ટીઓ જૂના ટ્રસ્ટીઓને ખસેડી પોતાના હાથમાં દોર લઈ લે છે. કુમુદ દુઃખી થાય છે. પણ પછી બહેનોને જાગૃત કરી ઝુંબેશ શરૂ કરાવે છે. એક દિવસ છાપામાં વાંચે છે, “બેંકને મંડળમાંથી અપાયેલી જગ્યા અને ટ્રસ્ટીઓની નિમણુક બંને ગેરકાયદેસર છે. ત્રણ હજાર બહેનોએ ઝુંબેશ શરૂ કરી છે.” કુમુદ તૃપ્તિનો શ્વાસ લે છે. એના જ સંવાદ દ્વારા વર્ષાબેન કહે છે, “સૂર્ય આથમી જાય છે પછી ગાઢ અંધકાર ફેલાય છે. ત્યારે પણ આપણ શ્રદ્ધા ડગવી ના જોઈએ. ભલે ક્યાંય પણ તેજનું કિરણ નથી, પણ કાલે સૂર્યોદય થવાનો જ છે. અંધકારમાં પ્રકાશની શ્રદ્ધાપૂર્વક પ્રતીક્ષા કરવી એનું જ નામ ઈશ્વર હોવાનો અહેસાસ.” છેલ્લે કુમુદ ગામ પાછી ફરવાનો નિર્ણય કરી લે છે.

સાહિત્યમાં રાષ્ટ્રભાવનાના સંદર્ભે આપેલું વક્તવ્ય.

5
રાગ દરબારી

સાહિત્યકાર શ્રીલાલ શુક્લની નવલકથા 'રાગ દરબારી' 335 પાનાની દળદાર પ્રશિષ્ટ નવલકથા છે જે હિન્દી સાહિત્યની શ્રેષ્ઠ નવલકથાઓમાં સ્થાન પામી છે. ગુજરાતી શબ્દ 'નવલ' ઈટાલીયન શબ્દ 'નોવેલા'ને મળતો આવે છે. નોવેલનો અર્થ ઈટાલીયનમાં વાર્તા વૃત્તાંત થાય છે. અને 'નવલ' શબ્દનો અર્થ ભગવદ ગોમંડળમાં લખ્યા પ્રમાણે ગદ્યમાં લખેલી કલ્પિત વાર્તા થાય છે. નલકથામાં કોઈ જીવન દૃષ્ટિ, કોઈ સંદેશ, કોઈ સૂચિત ઉપદેશ, કોઈ જીવન સત્ય રહેલું હોય છે.

'રાગ દરબારી' એક એવું પુસ્તક છે જે ગ્રામ્યજીવનના માધ્યમથી ભારતના મૂલ્યહીન જીવનને સહજતાથી અને નિષ્પક્ષ રીતે રજુ કરે છે. શરૂઆતથી અંત સુધી કટાક્ષમાં લખાયેલું આ પુસ્તક કદાચ હિન્દી સાહિત્યમાં પહેલું મોટું પુસ્તક છે છતાં કટાક્ષીકામાં નથી આવતું કારણ કે એનો સંબંધ મોટા શહેરોથી દૂર દૂર વસેલા ગામડાના લોકોના જીવન સાથે છે. જે લોકો આટલા વર્ષોમાં દેશની પ્રગતિ અને વિકાસના ઢંઢેરાના માહોલમાં પણ નીજી સ્વાર્થ ધરાવતા અનેક અનિચ્છિત તત્વો સાથે સંઘર્ષ કરી રહ્યા છે. તેમની જિંદગીનો આ દસ્તાવેજ છે.

આ નવલકથાના લેખક શ્રીલાલ શુક્લનો જન્મ 31 ડિસેમ્બર 1925ના રોજ થયો હતો. તેઓ ઉત્તરપ્રદેશ લખનૌના હતા. તેમણે 25થી પણ

વધુ પુસ્તકો લખ્યા છે. તેમને મળેલા ઘણા સન્માનોમાં ખાસ તો 1969માં 'રાગ દરબારી' માટે સાહિત્ય એકેડેમી એવોર્ડ, 2011માં ભારતીય સાહિત્યનો ઉત્કૃષ્ટ જ્ઞાનપીઠ એવોર્ડ અને સાહિત્યમાં આપેલા પ્રદાન માટે 2008માં પદ્મભૂષણથી સન્માનિત કરવામાં આવ્યા હતા. 2011ની 28મી ઓક્ટોબરે તેમનું અવસાન થયું હતું.

'રાગ દરબારી' 1968માં પ્રગટ થયેલી છે અને સ્વતંત્રતા પછીના સમયગાળાનું ગ્રામ્યજીવન વ્યંગાત્મક રીતે રજુ કરે છે. 'રાગ દરબારી' શિર્ષકનો સંદર્ભ લેખકે એ રીતે આપ્યો છે કે નવલકથા રાજકારણ પર ભાર મૂકે છે. ભારતીય શાસ્ત્રીય સંગીતમાં રાગ દરબારી અધરામાં અધરો રાગ છે. તેવી રીતે ગ્રામ પંચાયતના દાવપેચ સમજવા ઘણાં અધરા છે. પંચાયતના કાવાદાવા અને રાજરમતને અધરા આલાપમાં લેખકે છેડ્યા છે. ઉત્તર પ્રદેશમાં ક્યાંક આવેલ શીવપાલગંજ નામના ગામડાનો છ મહિનાનો સમયગાળો અહીં આવરી લેવામાં આવ્યો છે. નવલકથાનું કથાવસ્તુ ભલે એક નાનકડા ગામની પાર્શ્વભૂમિમાં હોય પણ દેશના તમામ ગામડાઓની એ સમયની પરિસ્થિતિનું પ્રતિનિધિત્વ કરે છે. અહીં કહેવતો અને મહાવરાઓનો ભરપુર ઉપયોગ થયો છે. ભલે આ નવલકથા 1968માં લખાઈ હોય છતાં પણ આજના રાજકારણને એટલી જ સ્પર્શે છે.

મુખ્ય પાત્ર વૈદજીનું છે. જે ગામડાના મોભી અને આદરણીય વ્યક્તિ છે. વૈદજી છે તો કપના પણ સેંકડો રાજકારણીઓની જેમ એમ જ માને છે કે જબ હમ બુઢે હોંગે તબ મર જાયેંગે. વાતો તો સત્ય અને અહિંસાની કરે છે પણ તમામ સત્તા ગેરકાયદેસર રીતે તેમણે હાથમાં લઈ લીધી છે અને સગાવાદ, પક્ષપાત, લાંચરુશ્વતને પોષણ આપીને સમાજના વિકાસને રુંધી નાખ્યો છે. એ કોઈને પણ ફાવવા દેતા નથી. જો કોઈ હિંમત કરીને માથુ ઉંચકવાનો પ્રયત્ન કરે તો સત્તાનો દુરઉપયોગ કરી એને ક્યાંય ફેંકી દેવામાં આવે છે. જો કોઈ કાયદેસર રીતે મેળવવા જાય તો કામ થાય જ નહિં એનું શ્રેષ્ઠ ઉદાહરણ છે લંગડ. એ કથાની શરૂઆતથી અંત સુધી પોતાની જમીનના કાગળોની નકલ લાંચ આપ્યા વગર મેળવવાનો પ્રયત્ન કરે છે અને અંતમાં નિષ્ફળ જાય છે.

આ પાવરગેમમાં વૈદજી ટોચ ઉપર છે અને લંગડ છેક નીચે. (જનતા) રંગનાથ અંતમાં સબક આપે છે તુમ જનતા હો ઔર જનતા આસાનીસે (લાંચ આપ્યા વગર) નહીં જીત સકતી. આ સબક તમામ ભારતીયોને લાગું પડે છે.

ગામડાઓમાં શિક્ષણના મહત્વરૂપે કોલેજો અને ખેતીના મહત્વરૂપે સિંચાઈ પર પૈસા વેડફાતા હતા. સરકારી યોજનાઓ ઉપર આ રીતે આંગળી ચીંધાઈ છે. ગામડાના સત્તાધીશો સરકારી સહાય જે ક્ષેત્રમાં જાહેર થાય તે ક્ષેત્રમાં પોતાના ધંધા બદલી નાખે છે અને લોનના પૈસા વાપરે છે. પાછા આપવાનો તો વિચાર જ નહિ. એક પત્રકારે (ગીલીયન) લેખકને પૂછેલું, "કો-ઓપરેટિવ યુનિયન, વિલેજ કાઉન્સિલ અને કોલેજ આ ત્રણ પર વૈદજીનો જ કન્ટ્રોલ હોવો જોઈએ એવું તમે કેમ માનો છો ?" લેખકે જવાબ આપેલો કે, આ ત્રણ જ ગામડાના વિકાસ માટે મુખ્ય હથિયાર હતા. મોટા ઉદ્યોગોની યોજનાઓનું ફળ નહેરુના સમયમાં મંદિરો બાંધવામાં જતું હતું. ગામડામાં બદલાવ માટે આ ત્રણ સંસ્થાઓ મુખ્ય હતી. નવલકથામાં મુખ્ય પાત્ર વૈદજી એટલે કે બ્રાહ્મણ છે કારણ કે યુ.પી.ના ગામડાઓમાં બ્રાહ્મણ અને ઠાકુરોની વસ્તી વર્ચસ્વ ધરાવતી હતી.

આ કૃતિમાં આશ્ચર્યજનક રીતે સ્ત્રીનો સંપૂર્ણ અભાવ છે. કેવળ એક બેલા નામની છોકરીનો ઉલ્લેખ છે. સ્ત્રીઓ પુરુષની કલ્પનામાં આવે છે પરંતુ ગામમાં ઘટતી રોજબરોજની ઘટનાઓમાં સ્ત્રી સદંતર ગેરહાજર છે અને ઘરનું વર્ણન આવે ત્યારે પણ સ્ત્રીનો ઉલ્લેખ નથી. અલબત, એ સમયનો સમાજ અને મહદઅંશે આજે પણ ભારતમાં પુરુષપ્રધાન વાતાવરણ જ છે. વળી લેખકનું માનવું છે કે, આ નવલકથા સંપૂર્ણ નકારાત્મક વલણ દ્વારા સમાજ સુધારણાના મૂલ્યો પર ઉપહાસ કરે છે. એવા વાતાવરણમાં સ્ત્રીની હાજરી યોગ્ય નથી.

રંગનાથ નામનો યુવક આ કથાનો નાયક જે ઈતિહાસમાં એમ.એ. સુધી ભણેલો છે અને આગળ રીસર્ચ કરે છે. તે માંદો પડતા શહેરમાંથી છ મહિના માટે ગામડાની ચોખ્ખી હવામાં હવાફેર કરવા આવે છે ત્યાંથી

આ કથા શરુ થાય છે. શીવપાલગંજમાં એના મામા વૈદજી રહે છે. એમને બે દીકરા છે. મોટો બદ્રી અને નાનો રૂપ્પન. વૈદજી ગામના મુખી, કોલેજના મેનેજર અને કો.ઓ.યુનિયનના મેનેજીંગ ડિરેક્ટર છે. સહકારી મંડળીઓ અને પોલિસ મથક પર પણ પોતાની સત્તા રાખે છે. લોકો બિચારા ફરિયાદ નોંધાવા જાય પણ દારોગાજી બહુ કામ છે કહીને ફરિયાદ નોંધતા નથી. ધક્કા ખવડાવે છે. હકીકતમાં 250-300 ગામો વચ્ચે ઊભું કરાયેલું એક જ પોલિસ મથક છે જે શીવપાલગંજમાં છે.

'છગામલ વિદ્યાલય ઈન્ટરમીડીયેટ કોલેજ' આ નવલકથાનું મુખ્ય નિશાન છે. એમાં પ્રિન્સિપાલ, કારકુન, મોતીલાલ માસ્તર, માલવીયા અને ખન્ના એમ ચાર માસ્તરોની રૂપરેખા છે. ભણતરના નામે ડિંડવાણુ ચાલે છે એ બતાવ્યું છે. ભણવાની પદ્ધતિ પર ભયંકર કટાક્ષ છે. કોઈ જ ભણવા કે ભણાવવા માંગતુ નથી. પ્રિન્સિપાલને ગ્રાન્ટ તરીકે મળતા પૈસામાં જ રસ છે. મોતીલાલ માસ્તર તેમનો સાગરિત છે. એકવાર માસ્તર પૂછ્યા વગર બહાર જતા રહે છે તો પ્રિન્સિપાલ સાતમાં ધોરણના માસ્તર માલવીયાજીને બોલાવીને નવમાં ધોરણના વિદ્યાર્થીઓને તેમના ક્લાસમાં બેસાડવાની ફરજ પાડે છે. અહીં શિક્ષણના મૂલ્યોનો હ્રાસ છે. પક્ષાપક્ષી છે. ચોર કોટવાલને દંડે એવો ઘાટ છે.

રંગનાથ જ્યારે શહેરમાંથી વૈદજીના ઘેર આવે છે ત્યારે એક દુબળો-પાતળો અને અત્યંત મેલા ચડ્ડી-બનીયાન પહેરીને એક માણસ બેઠો છે. એ સનીચર છે. વૈદજીનો નોકર. ભાંગ બનાવવાનું એનું કામ છે. અહીં ભાંગનું મહત્વ બતાવ્યું છે. વૈદજીનો નોકર દરરોજ સાંજે ભાંગ વાટે છે અને એમના વરંડામાં ઘણા લોકો ભેગા થાય છે. કારણ કે બ્રાહ્મણો માટે દારૂ પીવાની મનાઈ હતી. નશો તો કરવો જ પડે એટલે બ્રાહ્મણોએ વચલો રસ્તો શોધી નાંખ્યો હતો - ભાંગ પીવાનો. એટલો નશો પણ થાય અને ધર્મનો ભંગ પણ ના થાય. જોકે અત્યારે સમય બદલાઈ ગયો છે. કશાની મનાઈ નથી. જેને જ કરવું હોય તે કરે. વૈદજીનો મોટો દીકરો બદ્રી પહેલવાન છે તે સૂચક છે. વર્ષો પહેલા ગામડાઓમાં અખાડાઓ અને પહેલવાનોનો મહિમા હતો. પહેલવાનો

લંગોટી પહેરીને શરીરે ચળકતુ તેલ લગાડીને અથવા સિંદૂર લગાડીને ફરતા. આઝાદી પછી અખાડાઓ લુપ્ત થતા ગયા. યુ.પી.માં અખાડાનું જોર હોવું જોઈએ. અહીં અખાડાની વાત કરીને સમાજની બદલાતી તાસીર વિશે ઉલ્લેખ કર્યો છે.

વૈદજી રંગનાથને તપાસી એના આયુર્વેદિક ઉપચારનો કાર્યક્રમ ઘડી નાખે છે. રંગનાથ એનું પાલન કરવાની સાથે સાથે ગામડાની વાતોમાં રસ લેતો જાય છે. પહેલું ગબલુ કો.ઓ. યુનિયનમાં થાય છે. કો.ઓ.ગોડાઉનનો સુપરવાઈઝર એક દિવસ બે ટ્રકો લઈને આવે છે. આરામથી ઘઉં ભરી દીધા અને શહેરના બજારમાં જઈને વેચી માર્યા. કોઈને ખબર પણ ના પડી. ઘણા દિવસે ફરિયાદ થઈ. યુનિયનના ડાયરેક્ટરે એકવાર શહેરમાં સુપરવાઈઝરને ઐય્યાશી કરતો જોયો પણ ખરો. પકડાવી દેવાનો વિચાર પણ આવ્યો. પણ વૈદજીને વિચાર આવતા જ અટકી ગયા અને શહેરમાંથી આવીને વૈદજીને વાત કરી. વૈદજી તો સામેલ જ છે એટલે વૈદજી ચોરના ભાઈ ઘંટીચોર જેવી વાત કરે છે. વૈદજી કહે છે સુપરવાઈઝર તો ભાગી ગયો છે. ક્યાં તો સરકાર પકડી લાવે, ક્યાં તો નુકસાન આઠ હજાર ભરી દે. આ તો જનકલ્યાણનું યુનિયન છે. આમ ખેલ ખતમ, પૈસા હજમ જેવી વાત છે. રાજકારણીઓ જેવા સ્વાર્થી, સ્વકેન્દ્રી અને બદમાશ છે.

કોલેજનું રાજકારણ પણ એવું જ છે. કોલેજ સ્થાપનાનો હેતુ દેશના યુવાન નાગરિકોને ઉત્તમ શિક્ષણ આપી દેશનો વિકાસ કરવાનો હતો. અહીં ઉદ્દેશ રાષ્ટ્રિય હિતનો હોવાથી ઘણાં પક્ષો પડી ગયા હતા. જો કે પ્રબંધ સમિતિમાં પણ વૈદજીનો જ દબદબો હતો. છતાંય રામાધીન ભીમ ખેડવી પણ પોતાનો પક્ષ બતાવવામાં સફળ થયો હતો. પ્રિન્સિપાલ મામાજીના આશ્રિત હતા. બે માસ્તરો રામાધીનના પુરેપુરા થઈ શક્યા નહોતા. વૈદજી જેટલું કાબેલ કોઈ નહોતું. પણ બધા હોશીયાર તો હતા જ. ટૂંકમાં કોલેજનું મહત્વ ઘણું હતું. દાવપેચ રમાતા, ખેંચાખેંચી થતી. વૈદજીના નાના દીકરા રૂપ્પનબાબુની ભૂમિકા કોલેજના મામલાઓમાં મહત્વની રહી છે.

કૉલેજનું રાજકારણ, પંચાયતની ચૂંટણી, કોર્ટના કેસો બધુ સમાંતરે ચાલે છે. છૂટા છવાયા પ્રસંગો છે. એમાં ગયાદીન નામના માણસનું પાત્ર મહત્વપૂર્ણ રીતે ઉપસાવ્યું છે નમાલી પ્રજાનો એ પ્રતિનિધી છે. એના જેવા માણસોની સમાજમાં કમી નથી. ગામનાં ભલા લોકોની મદદ કરવા તૈયાર નથી. માસ્તરોની ફરિયાદ સાંભળતો નથી. એની દીકરી બેલાને પાર્શ્વભૂમિમાં રાખીને જાતિવાદ, એ સમયમાં સ્ત્રીઓનું સ્થાન અને રૂઢીચૂસ્ત સમાજ પર પ્રકાશ પાડ્યો છે. ગયાદીન વાણીયો છે. વ્યાજ ખાવાનો એનો ધંધો છે. ગયાદીન કૉલેજની પ્રબંધ સમિતનો ઉપપ્રમુખ છે. કો.ઓ.યુનિયનની કાપડની દુકાન એની છે. આમ તો વૈદજીનું પ્યાદુ જ કહેવાય. કારણ કે એમની વિરુદ્ધ કશું સાંભળવા તૈયાર નથી. એને એક પરણવા લાયક દીકરી છે બેલા. રપ્પન એના પર મરે છે. એને પ્રેમપત્ર લખે છે અને ફાડી નાખે છે. પ્રિન્સિપાલ વૈદજીના કાન ભંભેર્યા કરે છે કે પત્ર ખન્ના માસ્તર લખે છે અને રપ્પનનું નામ આપે છે. પણ છેલ્લે બદ્રી એના પ્રેમમાં છે એવું જાહેર થાય છે. બદ્રી એના પિતાને પોતાના લગ્ન બેલા સાથે કરાવવા ગયાદીનને મળવાની ફરજ પાડે છે. પોતે બ્રાહ્મણ અને ગયાદીન વાણીયો. ગયાદીનને મળવા કમને વૈદજી મળવા જાય છે. ગયાદીન એમનાથી પણ વધારે જડભરત છે. એણે બેલાના લગ્ન શહેરમાં જઈને એની જ્ઞાતિના છોકરા સાથે નક્કી કરી નાખ્યા હોય છે. છોકરાના બાપાએ પંદર હજાર દહેજ માંગ્યું છે. પંદર હજાર મુકો અને દીકરીનું લગ્ન કરી નાખો. અમારે છોકરીને જોવી પણ નથી. એને પંદર હજાર રૂપિયા સાથે જ મતલબ છે. કેવી કરુણ વાત કહેવાય. એ સમયના સમાજમાં સ્ત્રીઓનું સ્થાન જ નથી. એમના જીવનને લગતા નિર્ણયો લેવાનો પણ હક નથી. બધુ મોટા જ નક્કી કરે, એટલે જ્યારે વૈદજી મોટી મોટી વાતોથી શરૂઆત કરે છે કે, "આપણે મહાત્મા ગાંધીના આંતરજ્ઞાતિ લગ્નની દિશામાં આગળ વધવું જોઈએ. એ દીકરીને સમાજ-સેવાના કામમાં ગોઠવી દેશે. સરકાર તરફથી ગાડી અપાવી દેશે." સાંભળીને ગયાદીન તો મૂઢ જેવો થઈ જાય છે. એ કહે છે દીકરીનું લગ્ન તો નક્કી કરી નાખ્યું છે. વૈદજી તો મનમાં ખુશ થઈ જાય છે. ચાલો ટાઢે પાણીએ ખસ ગઈ. વૈદજીનું પાત્ર આજે ફૂટી નીકળેલા નૈતિક મૂલ્યોને ખતમ

કરનારા નેતાઓ જેવું છે.

કોલેજનું રાજકારણ અને ચૂંટણીના વિસ્તારથી વર્ણનો છે. માસ્તરો વાઈસ-પ્રિન્સિપાલના મુદ્દે ગયાદીનને મળવા જાય છે. કારણ કે તે ઉપાધ્યક્ષ છે. પણ એ ટસ નો મસ થતો નથી. બધા સમજાવે છે કે બેફામ ખર્ચા થાય છે, ઓડિટના આંકડા મળતા નથી એટલે તરત વાત કાપે છે. તમે ઓડિટર છો ? જનતાના પૈસા વેડફવા માટે જ હોય છે, જનતા માટે નહીં. આવા વાતાવરણમાં મેનેજરની ચૂંટણી થાય છે. વૈદજી બહાર તમંચા અને બંદૂકવાળા માણસો ઉભા રાખી જેટલા એમના પક્ષમાં હતા એટલાને જ અંદર જવા દે છે. બાકીનાને બહારથી જ જતા રહેવાની ફરજ પાડવામાં આવે છે અને સર્વાનુમતે વૈદજી મેનેજર પદ જીતી જાય છે. રંગનાથ આભો બની જાય છે. આટલી હદ સુધી એમનું પતન ?

પંચાયતની ચૂંટણી પણ આવતી હોય છે. વૈદજીની ટોળી સનીચરને ચૂંટણીમાં ઉભો રાખવાની ચર્ચા કરે છે. અંધેરી નગરી અને ગંડુરાજા જેવો પ્રજાતંત્ર પર ઉપહાસ છે. સનીચર ખુદ હેબતાઈ જાય છે. પંચાયત આખી જ વૈદજીના તાબામાં છે. કોઈ એમનો સાગરિત વિરોધ કરે તો સાક્ષીને પણ ભગાડી મુકવામાં પાવરધા છે. બાપ-દીકરાઓને પણ ખાસ બનતું નથી. લેખકે લખ્યું છે ભારતીય પરંપરા પ્રમાણે વડીલોની માન-મર્યાદા જાળવવાનું શાસ્ત્રોમાં કહેવામાં આવ્યું છે, એનો અમલ ખાસ કરીને ગામડાના અભદ્ર માણસોમાં થતો નથી.

હવે ગ્રામ પંચાયતની ચૂંટણીનું વાતાવરણ છે. સનીચર ઉમેદવાર છે. સામા પક્ષે રામાધન ભીમખેડી છે. હજી તો સામસામી ગાળાગાળી જ ચાલે છે. વૈદજી કોલેજ-કમિટિના બીજીવાર મેનેજર બની ગયા એ વાતની ફરિયાદ ઉઠી છે. લેખિત ફરિયાદ શિક્ષણમંત્રી સુધી પહોંચી છે. વૈદજીને થોડી ચિંતા પણ થઈ છે. રૂપ્પન અને રંગનાથની હાજરીમાં બેઠકો થાય છે. થોડી નાની નાની વાતો પણ છે. કેટલું ભ્રષ્ટ રાજકારણ છે એના દ્રષ્ટાંતો છે. રંગનાથ તાલ જોયા કરે છે. એને રસ પડવા માંડ્યો છે અને નવાઈ પણ લાગે છે. એક વાર દારોગાજી ચોરીના આરોપમાં

વૈદજીના માણસની ધરપકડ કરે છે. તો દારોગાજીની બદલી થઈ જાય છે. એટલું જ નહિં પણ એ જ્યાં જાય છે ત્યાં પણ એની કનડગત થતી બતાવી છે. એના પર 8000 રૂપિયાનો બદનક્ષીનો દાવો કરી દેવામાં આવે છે. છેલ્લે આવીને વૈદજીના પગમાં પડતો બતાવ્યો છે.

આટલી બધી અરાજકતામાં એક દિવસ એક માણસ મળી જાય છે. અહીં સગાવાદ પર કટાક્ષ છે. કંઈ વાત નીકળતા પેલો માણસ કહે છે, "મેં સાંભળ્યું છે તું વૈદજીનો ભાણીયો છે અને શહેરમાં એમ.એ. કરે છે. તારા મામા તો વૈદજી છે અને પાછા નેતા ! એક બીયાની બડીકી બનાવે એટલે બે રૂપિયાની થઈ જાય અને એમનું વર્ચસ્વ કેટલું ? વકીલાત કરવા માંડો, એમ.એ.માં શું બળ્યું છે ? રોજના 20 મુકદ્દમા તો મામાજી જ દાખલ કરાવી આપશે." વર્ચસ્વવાળા માણસો પર ઉપહાસ કર્યો છે.

ચૂંટણીનો દિવસ આવી જાય છે. વૈદજીએ ચાલાકી કરી ઘડિયાળનો સમય ફેરવી નાખ્યો અને પોતાના માણસો દ્વારા મતદાન કરાવી દીધું. ખરા સમય પર લોકો પહોંચ્યા ત્યારે મતદાન પતી ગયું હતું. કોઈને તક આપવામાં આવી નહીં અને સનીચર જીતી ગયો. સનીચર પ્રધાન બની ગયો. તેની ખુશીમાં એમની બેઠકથી થોડે દૂર એક મેદાન હતું ત્યાં ખૂણામાં લાકડાની કેબીન બનાવી પરચુરણ વસ્તુઓની દુકાન ખોલી નાખી અને સરકારી માન્યતા પણ મળી ગઈ. અહીં ખાંડ પણ મળવા માંડી અને શરાબનું વેચાણ પણ થવા માંડ્યું. પણ રંગનાથને ગમ્યું નહિં. એણે ગુસ્સામાં સનિચરને કહ્યું, "આ તે સારુ નથી કર્યું. હોદ્દા પર હોય તેનાથી દુકાન ના થાય. એમના સગાને ખોલી આપવાનું ચલણ ચાલે છે." સનીચર લાપરવાહીથી કહે છે, "અહીં કોણ પ્રધાન છે ? વૈદજી પ્રધાન છે અને હું એમનો નોકર."

સિંચાઈ અને ખેતરનો પણ ઉલ્લેખ છે. સનીચર નહેરનું પાણી વૈદજીના ખેતરમાં નાખી રહ્યો છે. અચાનક કોઈ આવી ચડે છે અને કહે છે, "આજે તો નહેરનું પાણી વાપરવાનો તમારો દિવસ નથી, બીજાનો છે." જવાબ મળે છે, એને એક દિવસમાં શું ફેર પડી જવાનો છે ? ટૂંકમાં બધા

જ સરકારી લાભ પોતાના તરફ. રંગનાથ અને ખન્નાટોળી ફરી એકવાર ગયાદીન પાસે આવે છે. ઘણી બહેસ થાય છે પણ ગયાદીન જડ ભરત છે,તેનો મક્કમ અભિપ્રાય છે "જેનું રાજ હોય એની સામે ના થાઓ કંઈ વળશે નહિ. ચાલતું હોય એમ ચાલવા દો એક નક્કામો માણસ જશે તો બીજો નક્કામો (ઘટિયા) માણસ આવશે માટે ક્યાં તો સમાધાન કરી લો અથવા બીજે જતા રહો."

આપણે શરૂઆતમાં જે લંગડનો (જનતા) ઉલ્લેખ સાંભળ્યો હતો તે ઉલ્લેખ આખી કથામાં બે-ત્રણ વાર આવે છે અને છેલ્લે રંગનાથ અને રૂપ્પનને મળે છે ત્યારે રંગનાથ આગળ રડી પડે છે. જ્યારે ધક્કા ખાતો ત્યારે કહેવામાં આવતું દસ દિવસ પછી. એક વાર ગામેથી સમાચાર આવ્યા અને ગયો પછી માંદો પડ્યો. પૂરા સત્તર દિવસ પથારીમાં રહ્યા પછી ગઈકાલે આવીને સીધો કોર્ટમાં ગયો તો જવાબ મળ્યો પંદર દિવસથી નોટિસ બોર્ડ પર પડી હતી. પંદર દિવસ થઈ જાય એટલે એનો નિકાલ કરી દેવામાં આવે છે. હે ફરીથી અરજી કરો. આમ લાંચ આપી નહિં અને કામ થયું નહીં.

છેલ્લા પ્રકરણમાં ડેપ્યુટી ડાયરેક્ટર ઓફ એજ્યુકેશન આવવાના હોય છે. સવારે નવ વાગ્યાથી રાહ જોવાતી હોય છે. દોઢ વાગી જાય છે એટલે બધા અકળાય છે. બધા જ હાજર હોય છે. ચણભણ શરૂ થાય છે. રૂપ્પનબાબુ દુશ્મનો સાથે ભળી જાય છે. વૈદજી બપોરે ચાર વાગે સનીચર સાથે આવે છે. મોતીલાલ માસ્તર લેવા ગયા હોય છે તે સાંજ પડી જતા પાછા આવે છે. ડેપ્યુટી આજે આવવાના નથી. ક્યાં ગયા છે ખબર નથી. રંગનાથ જવા માંડે છે ત્યાં વૈદજીનો સત્તાવાહી અવાજ આવે છે કે, રંગનાથ ઉભો રહે અને જનતાને વિદાય કર ખન્ના અને માલવિયાને બોલાવ. બદ્રી અને રૂપ્પનને પણ હાજર કરો. અને ધર્મયુદ્ધ પર ખાસ્સુ ભાષણ આપી ખન્ના અને માલવીયા પાસે ઉભાને ઉભા રાજીનામું લઈ લે છે. રૂપ્પનને પોતાના ઉત્તરાધિકારથી વંચિત (છૂટો) કરે છે અને સહકારી સંઘ, ગ્રામ પંચાયત પછી કોલેજનો મેનેજર એમના બાદ બદ્રી જ બનશે એમ જાહેર કરે છે અને નવલકથાનો અંત આવે છે.

લેખકે રંગનાથનું વિશ્લેષણ સુંદર વર્ણવ્યું છે. રંગનાથ ગામમાં હવાફેર કરવા મામાને ઘેર આવે છે. આમ તો સીધો ને સરળ છે પણ દરેક ભણેલા ગણેલા ભારતીયની જેમ પોતાનાથી અસંબદ્ધ પ્રત્યેક ઘટનાને ઘટનાની જેમ જ જોઈને ભૂલી જાય છે. તેના લીધે પરેશાન થવાનો તેનો સ્વભાવ નથી. ઇતિહાસના અભ્યાસના કારણે રાજનૈતિક અને સામાજિક શોષણ અને પીડાઓની ઘણી કથાઓ જાણતો હતો, પણ એના મગજમાં ક્યારે ય એવું નહોતું આવ્યું કે એ પણ ઇતિહાસનો એક હિસ્સો જ છે. પોતે જો ઈચ્છે તો ઇતિહાસને સુધારી કે બગાડી શકે છે. દેશના 95 ટકા બુદ્ધિજીવીઓમાંનો એક છે જેમની બુદ્ધિ તેમને આત્મ સંતોષ આપે છે, દલીલો કેવી રીતે કરવી તે શીખવાડે છે અને બીજાઓને શું કરવું જોઈએ અને શું ના કરવું એના પર ભાષણ આપતા શીખવાડે છે પણ કંઈક કરવાના મામલામાં એમની પણ કોઈ જવાબદારી છે એવો સુજ્ઞ વિચાર એમને કોઈ દિવસ આવતો નથી. જ્યારે સનિયર ગ્રામસભાનો પ્રધાન બની જાય છે ત્યારે સ્તબ્ધ થઈ જાય છે. એને વિચાર આવે છે કે, પ્રદેશોની રાજધાનીઓમાં કેટલાય વૈદજી, મંત્રીઓ અને મુખ્ય મંત્રીઓની કતારમાં કેટલાય સનીચરો ઘુસી ગયા હશે. અંતમાં એ પણ શહેરમાં પાછા જવાનું નક્કી કરી લે છે, આ નવલકથાનો અંત છે.

આનો નિષ્કર્ષ શું ? વૈદજી કયા અધિકારથી બદ્રીને એમનો ઉત્તરાધિકારી બનાવી દે છે ? રાજનીતિ એમના બાપાની છે ? મોટો ભાગ તો કહેવાતા બૌદ્ધિકોની પ્રેક્ષકવૃત્તિ છે. તાલ જોયા કરો. મોટાભાગનો ભણેલોગણેલો વર્ગ વોટ આપવા જવાનું ટાળે છે. ચર્ચાઓમાં પાવરધા છે. થોડું બદલાયું છે પણ મહદઅંશે આ જ પરિસ્થિતિ આજે પણ જોવા મળે છે.

(અભિરુચિનો આ વર્ષનો વિષય પ્રશિષ્ટ નવલકથા છે.)

6

બોમગાર્ટનર્સ બોમ્બે

અન્ય દેશમાં મનરૂપી લાગણીના છોડને એક ધરતીમાંથી ઉપાડી બીજી ધરતીમાં રોપવાની મથામણને ડાયસ્પોરા કહેવાય છે. સ્થળાંતર અને પુનઃ વસવાટને આલેખતું સાહિત્ય ડાયસ્પોરા સાહિત્ય છે. વર્ષો પહેલા 'ડાયસ્પોરા'નો મૂળ અર્થ 'યહુદીઓની પરાણે હકાલપટ્ટી' થતો હતો. યહુદીઓના ઘરઝુરાપા માટે વપરાતા શબ્દનું સ્વરૂપ અત્યારે સીમીત ના રહેતા વિસ્તૃત બન્યો છે. યુગાન્ડામાંથી ઈદી અમીને ભારતીયોની હકાલપટ્ટી કરતાં તેમાં રહેલા મોટા ભાગના ગુજરાતીઓને લંડનમાં આશ્રય મળ્યો અને ત્યાં સ્થાયી થયા અને એક પોતાનું વિશ્વ ઉભુ કર્યું તે ડાયસ્પોરા છે અને અમેરિકા તરફ 1960થી 1970ના દાયકામાં જે લોકો ભણીગણીને પોતાની ઈચ્છાથી પોતાના દેશ કરતા અનેક ગણી તકો આપતા દેશ તરફ વળ્યા અને સ્થાયી થયા તે પણ ડાસ્પોરા જ છે. વતનથી દૂર રહેવું અને સમાંતરે જ્યાં હોય ત્યાં ઝળહળવાની તીવ્રતા અને સ્વદેશ-પરદેશ બંને બાજુથી વિખુટાપણાનો અનુભવ પણ આધુનિક ડાયસ્પોરા છે.

'હોલોકોસ્ટ'એ વીસમી સદીના ઈતિહાસનું કાળુ પાનું છે. હિટલરે યહુદીઓ પર જે અત્યાચાર કર્યા છે તેને આખું જગત હોલોકોસ્ટના નામથી જાણે છે. 'બોમગાર્ટનર્સ બોમ્બે' બીજા વિશ્વયુદ્ધ દરમિયાન હિટલરે કરેલા સર્વનાશની કથા છે. વિશ્વયુદ્ધના આધાતો અને વતન

માટેનો ઝુરાપો લેખક શ્રી અનિતા દેસાઈએ ખૂબ સુંદર રીતે વણી લીધો છે. અનિતા દેસાઈ અંગ્રેજી નવલકથાકાર છે. તેમણે બેથી ત્રણ નવલકથાઓ ડાયસ્પોરા કેન્દ્રી આપી છે. તેનું કારણ તેમના પિતા ડી.એન.મઝમુદાર ઢાકાના બિઝનેસમેન હતા જે ઢાકા અત્યારે બાંલાદેશમાં છે. તેમના માતા ટોની નીમ જર્મન હતા. તેના કારણે તેમને બંને ભાષા તેમજ સંસ્કૃતિની ઓળખ છે. તેમણે અંગ્રેજી સાહિત્યમાં આપેલા પ્રદાન માટે 2004માં સાહિત્ય એકેડેમી એવોર્ડથી સન્માનિત કરવામાં આવ્યો હતો. 2014માં તેમને પદ્મભૂષણથી નવાજવામાં આવ્યા છે. તે ઉપરાંત તેમને અનેક એવોર્ડ્ઝ મળેલા છે. ઈ.સ.1970માં મુંબઈમાં એક વયસ્ક યહુદી જે સંત જેવું જીવન જીવતા હતા અને રસ્તા પરથી રખડતી બિલાડીઓ ઘેર લઈ આવતા. તેમનું પાલન-પોષણ કરવા ઉકરડામાંથી ફેંકાઈ ગયેલું અન્ન ભેગુ કરી ઘેર લાવતા. જ્યારે તેમનું મૃત્યુ થયું ત્યારે તેમના સામાનમાંથી એક પત્રોની થપ્પી નીકળી હતી, જેને ગોઠવીને વકીલે અનિતા દેસાઈને આપી. કારણ કે તેઓ જર્મની જાણતા હતા. પત્રો પરની ટિકિટો જોઈને લેખકને ખ્યાલ આવ્યો કે તે પત્રો એક યહુદી સ્ત્રીના હતા અને જર્મનીમાં રાજકીય છાવણીમાં રહેતી મા એ તેના દીકરાને સંબોધીને લખેલા હતા. તેમાંથી સર્જન થયું 'બોમગાર્ટ નર્સ બોમ્બે'નું...

આ નવલકથા (અંગ્રેજી) 1984માં પેંગ્વિન બુક્સ દ્વારા પ્રકાશિત થઈ છે. નવલકથાનો નાયક યહુદી છે જેનું નામ હ્યુગો બોમગાર્ટનર છે. તે ફરજિયાત સંજોગોમાં જર્મનીથી ભારત આવે છે. તે એકલો છે. સમગ્ર અસ્તીત્વમાં ખાલીપો સર્જાઈ ગયો છે. આ ખાલીપાને દૂર કરવાનો તેનો સંઘર્ષ જીવન-પર્યંત ચાલે છે. અમુક યહુદીઓ તેમની રૂઢિ અને પૂર્વજોના સંસ્કારો સાથે એવા તો જોડાયેલા હોય છે કે, સહેલાઈથી તેમના કોચલામાંથી બહાર નીકળી શકતા નથી. તેવા યહુદીઓ માટે Heimit શબ્દ વપરાય છે. આ કથાઓ નાયક તેનું પ્રતીક છે. આ નવલકથામાં જુદા જુદા પાત્રો દ્વારા કડવું સત્ય સચોટ રીતે રજુ થયું છે. આખી કથા નાયકના જીવનની આસપાસ ફરે છે. નાઝીઓના આગમન પહેલાના બર્લિનમાં સુખી અને સંપન્ન દંપત્તિના એકના એક સંતાન તરીકે હ્યુગો બોમગાર્ટનરનું બાળપણ ઘણી સુખ સાહ્યબીમાં પસાર થઈ

રહ્યું છે. તેના જીવનનું કેન્દ્રબિંદુ માત્ર તેના માતાપિતા છે. તેમાંય મા સાથે ગાઢ આત્મીયતા છે. માનો મુટ્ટી તરીકે ઉલ્લેખ છે. મા પ્રેમાળ છે, સુંદર છે, ગાય છે પણ ખરી. આ સુખી કુટુંબ પર અચાનક આપત્તિના વાદળો ઘેરાયા છે અને આ કુટુંબ કૌટુંબિક કારણોના લીધે નહિ પણ બદલાતા સંજોગોનું શિકાર બને છે અને વિખેરાઈ જાય છે. નાઝીઓનું આગમન થાય છે અને યહુદીઓના જીવન અસલામત બની જાય છે. એક દિવસ બોમગાર્ટનર કુટુંબ ઉપર પણ હુમલો થાય છે અને બધા વ્યાકુળ થઈ જાય છે. પિતા આ સંજોગો સ્વીકારી શકતા નથી અને આત્મહત્યા કરે છે. મા-દીકરો એકલા પડી જાય છે. તરુણ વયનો હ્યુગો માને એકલી મૂકીને ફરજિયાતપણે ભારત આવે છે.

આ નવલકથા 1970ના મુંબઈના સમયથી શરૂ થઈ છેક પાછળ નાઝીઓના આગમન પહેલાના બર્લિન સુધી જાય છે. બર્લિનનું શાંતિમય વાતાવરણ હ્યુગોના પિતાનો લાકડાના ફર્નીચરનો મોટો શોરૂમ અને તેની જ ઉપર એનું મોટું સુંદર અને કલાત્મક વસ્તુઓથી સજાવેલુ ઘર, તેનું ખ્રિસ્તી શાળામાં શિક્ષણ સાધન-સંપન્ન પરિવારની શાંતિ અને સમૃદ્ધિ આબાદ ઝીલે છે અને પછી નાઝીઓનું આગમન એ સમયનો માહોલ, અસલામતીનો ફડફડાટ ફરજિયાતપણે ખ્રિસ્તી શાળામાંથી ઉઠાડીને યહુદી શાળામાં પ્રવેશ, ત્યાંનું વાતાવરણ, નાઝીઓનો ચાલી રહેલો કેર, યહુદીઓની દુકાનોમાં લૂંટફાટ છેવટે એમની અવદશાની કરુણતા આંખોમાં પાણી લાવી દે છે. હ્યુગો બોમગાર્ટનરના જીવનમાં એકમાત્ર ખુશીનો સમયગાળો બતાવ્યો છે – સાત દિવસ વેનિસમાં રોકાણ. બર્લિનમાં ચાલતી અંધાધૂંધીને લઈને એને જહાજમાં બેસીને મુંબઈ આવવાની ફરજ પડે છે. માને એકલી મૂકીને નીકળતા જીવ ચાલતો નથી પણ સંજોગો પાસે બધા લાચાર છે. બર્લિનથી દરિયાઈ માર્ગે ભારત આવવા નીકળે છે ત્યારે વચમાં વેનિસ આવે છે. વેનિસ પૂર્વ અને પશ્ચિમની દુનિયાને જોડતી કડી છે. અહીં સાત દિવસનું રોકાણ છે. પછી બોટ આવવાની હોય છે. આ સમયગાળામાં સુખદ ક્ષણો ઝીલાઈ ગઈ છે. એક તો એ પહેલીવાર એકલો ઘરની બહાર નીકળ્યો છે અને પાછો તરુણ છે. એને બધું નવું નવું લાગે છે. થોડું પોતાનું પણ લાગે છે કારણ કે પૂર્વ યુરોપ છે અને

પરાયુ પણ લાગે છે કારણ કે તે અહીં માત્ર પ્રવાસી છે. એની નિરંતર રઝળપાટ એને અપાર ખુશીઓ આપે છે. સાતમે દિવસે બોટ આવી છે અને એ મુંબઈ બંદરે પહોંચે છે. અહીં બધું જ અજાણ્યું છે. અંગ્રેજીના ઉચ્ચારો પણ જૂદા છે. અંગ્રેજીના ભારતીય ઉચ્ચારો વર્ણવવામાં લેખકની કુનેહ દાદ માંગી લે તેવી છે.

મુંબઈ બંદરે ઉતરીને તે ચીમનલાલ નામના વેપારીને મળે છે. તેમનું પાત્ર લેખકે ખૂબ ચીવટથી ઉપસાવ્યું છે. પહેલી જ મુલાકાતમાં એ બોમગાર્ટનરને કલકત્તા સ્થાઈ થવાની સલાહ આપે છે. બોમગાર્ટનર પાસે બીજો કોઈ વિકલ્પ નથી. એમની વાત માનીને એ કલકત્તા જાય છે. હબીબુલ્લા નામના મુસલમાન લાકડાના વેપારી સાથે ભાગીદારીમાં ધંધો શરૂ કરે છે. હોટલમાં રૂમ રાખે છે. મા સાથે પત્રવહેવાર ચાલે છે. મા ને બહુ જ યાદ કરે છે. એના આંતરજગતમાં કેવળ એની મુદ્દી જ છે. મા જેવી સ્ત્રી જોવા માટે તરસે છે. અહીં બધું જ જુદું છે. (પહેરવેશ). એક દિવસ મા નો તુટક તુટક શબ્દોમાં લખાયેલો પત્ર મળે છે. એ વિહવળ બની જાય છે. પણ વધારે હતાશ તો ત્યારે થઈ જાય છે જ્યારે થોડા દિવસો પછી પોતાનો મા પર લખેલો પત્ર પાછો ફરે છે. એ તાર કરવા દોડે છે. તાર કરીને એ રાત્રે બીજી હોટલમાં કેબ્રેડાન્સ જોવા જાય છે. અહીં એક સુંદર સંયોગ છે. મા સાથેનું જોડાણ કપાયું છે અને લોતેનો જીવનમાં પ્રવેશ છે.

લોતે અને ગીસેલા કેબ્રે ડાન્સર છે. બંને જર્મન છે. ગીસેલા સ્વાથી જૂઠાબોલી અને ઈર્ષાળુ છે. પોતાની ઓળખ છૂપાવીને મોટી મોટી વાતો કરે છે અને મોટા માણસો પાસેથી લાભ લે છે. લોતે એ જ બર્લિનની છે જ્યાંથી બોમગાર્ટનર આવ્યો છે. લોતે અને બોમગાર્ટનર ગાઢ મિત્રો બની જાય છે. લોતેનું પાત્ર પણ દયનીય છે. એ પણ સંજોગોની મારી માબાપથી છુટી પડીને એકલી કલકત્તા બંદરે આવી હોય છે. જીવનનિર્વાહ ચલાવવા કેબ્રે ડાન્સ કરે છે. એનો ડાન્સ જોવા કાન્તિ નામનો આધેડ મારવાડી વેપારી આવતો હોય છે. એને મોંઘી મોંઘી ભેટો આપતો હોય છે. લોતે પણ તેના પ્રભાવમાં આવી જાય છે.

જીવન વહેતુ જાય છે. ધંધો જામતો જાય છે. પણ બોમગાર્ટનર ઉદાસ રહેતો હોય છે. મા તરફથી કોઈ જ સમાચાર નથી. એના મગજમાં દિવસરાત એક જ પ્રશ્ન ઘુમરાયા કરે છે. મા નું શું થયું હશે ? એવામાં એક દિવસ હોટલમાં બેઠો હતો, લોતે અને ગીસેલા ડાન્સ કરતા હતા અને પોલિસ રેડ પડે છે. (હુમલો થાય છે) ધમાચકડી મચી જાય છે અને એને પોલિસ સ્ટેશને લઈ જવામાં આવે છે. ત્યાં તેને કહેવામાં આવે છે કે વિશ્વયુદ્ધ જાહેર થયું છે. એટલે યહુદી હોવાના નાતે એને લશ્કરી છાવણીમાં લઈ જવામાં આવશે. એને એક જ ધ્રાસકો પડે છે કે મા ના સમાચાર આવશે તો એને કેવી રીતે મળશે ? છાવણીમાં નિર્દોષ લોકોની જે રીતે કનડગત કરવામાં આવે છે તેનો કરુણ ચિતાર આપવામાં આવ્યો છે. કીડીયારુ ઉભરાતુ હોય એ રીતે યહુદીઓને આખા દેશમાંથી લઈ આવવામાં આવ્યા હોય છે. એ કલાકોના કલાકો એ સાબિત કરવા લાઈનમાં ઉભો રહેતો હોય છે કે એ ફક્ત અને ફક્ત ધંધા માટે જ આવ્યો છે. પણ કોઈ એને સાંભળતું નથી. છેવટે એને એક કેદી સમજાવે છે કે આ લોકોને એટલીય ખબર નથી કે જર્મન યહુદીઓ અને નાઝી જર્મન જૂદા છે અને કોઈપણ જાતના કારણવગર એને 6 (છ) વર્ષ સુધી કેદમાં રહેવું પડે છે. છાવણીમાં લોકો ખાનગીમાં રેડિયો રાખતા અને યુદ્ધના સમાચાર અને જર્મનીની હાલતની ચર્ચાઓ કર્યા કરતા. યુદ્ધનું તારીખ વાર વર્ણન અને જર્મનીના હાલની માહિતી નવલકથામાં વિગતવાર વર્ણાવી છે. એ એક સુખદ સ્વપ્ન જોયા કરતો કે કાશ જર્મની પહેલા જેવું થઈ જાય અને તે મા સાથે રહી શકે. પણ બધા જ્યારે કહેતા કે જર્મનીમાં ખાવાનું પણ નથી ત્યારે તે અંદરથી ભાંગી પડતો. આ વેદનામાંથી છૂટવા છાવણીમાં એક મિત્ર બનાવે છે, જૂલિયન. અહીં એક વિરોધાભાસ છે. બોમગાર્ટનર પોતાની ઓળખ માટે વલખા મારે છે જ્યારે જૂલિયને પોતાની ઓળખ છૂપાવી દીધી હતી. એ ચોરોના લીસ્ટમાં હતો. ભારતના મંદિરો અને મહેલોમાંથી તેણે મોટી મોટી ચોરીઓ કરી હતી. છતાં પણ તે જૂલિયનથી પ્રભાવિત થઈને ઘણોખરો સમય એની સાથે પસાર કરતો. અચાનક સમાચાર આવે છે, હિટલર મૃત્યુ પામ્યો છે અને યુદ્ધ પતી ગયું છે. છેવટે સત્તાવાળાઓની તુમાખી અને કેદીઓની પરાધીનતાનો અંત આવે છે

અને બધા મુક્ત થાય છે. બોમગાર્ટનર ત્યાંથી સીધો કલકત્તા જાય છે. અહીંની સિકલ ફરી ગઈ છે. રસ્તાઓ અને લાઈટો તુટી ગઈ છે. હાવરા સ્ટેશનો ઉતર્યો ત્યારે એટલી ગંદકી હોય છે કે, ક્ષણભર એને વિચાર આવે છે આના કરતાં કેમ્પ સારો હતો. એને એ વાતનું આશ્ચર્ય થાય છે કે, કેમ્પમાં બધા જ પરદેશના સમાચારોની ચર્ચા કર્યા કરતા હોય છે. પણ ભારતની પરિસ્થિતિ કે પછી કલકત્તાના રમખાણોની તો કોઈ જ વાત થતી નહોતી. એ કલકત્તાની હાલત વિશે કશું જ જાણતો નહોતો. એ એની હોટલ પર જાય છે ત્યાં મેનેજર બદલાઈ ગયો છે. પણ બોમગાર્ટનર પોતાની ઓળખ આપે છે એટલે નવો મેનેજર તેનો સામાન અને પત્રોની થપ્પી તેને આપે છે, જે જૂના મેનેજરે તેને સોંપ્યો હતો. એ ઝડપથી લઈ લે છે અને એક ખુરશી પર બેસીને પત્રો વાંચવા માંડે છે. પત્રો પરથી જાણે છે કે, મા હવે આ દુનિયામાં રહી નથી. એ હોટલમાંથી નીકળી જાય છે – એક જૂના મકાનમાં સસ્તી રૂમ ભાડે રાખે છે. ત્યાં મા ને યાદ કરીને નિરર્થકતાનો અનુભવ કરે છે કારણ કે તેને યહુદીઓના કોઈ જ રીત-રિવાજોનું જ્ઞાન નથી. છેવટે વિચારોમાંથી બહાર આવે છે અને તેના ભાગીદાર હબીબુલ્લાને મળવા જાય છે.

હબીબુલ્લાની ઓફિસે પહોંચે છે ત્યાં બધા જ ઘરોનો નાશ થઈ ગયો હોય છે. કશું જ જડે એવું નથી. લોકો રસ્તા પર આવી ગયા છે. છેવટે તેને હબીબુલ્લા મળે છે. તે ઘણાં ગભરાયેલા છે. બધું જ જાપાનના હુમલા પછી ખલાસ થઈ ગયું છે. તેઓ બોમગાર્ટનરને ભારતની પરિસ્થિતિ અને ભાગલા વિશે વાત કરે છે અને કહે છે એ લોકો દરરોજ આવીને મુસલમાનોના ઘરો સળગાવે છે અને લૂંટી લે છે. એમને પણ એ વાતનું આશ્ચર્ય થાય છે કે, બોમગાર્ટનરને આવી કશી ખબર જ નથી. એ ક્યાંક સલામત જગ્યાએ જતા રહેવાનું વિચારતા હોય છે અને બોમગાર્ટનરને પણ મુંબઈ ચીમનલાલ પાસે જતા રહેવાની સલાહ આપે છે. મુંબઈ કોસ્મોપોલિટન શહેર હોવાથી સલામત જગ્યા છે તેવું પણ કહે છે અને ઉમેરે છે કે, તેની મિત્ર પણ મુંબઈમાં જ રહે છે, ત્યારે એ નવાઈ પામી જાય છે અને પૂછી બેસે છે "કોણ મિત્ર?" ત્યારે લોતેની વાત કરે છે. લોતેને જ્યારે છાવણીમાં લઈ જતા હતા ત્યારે કાન્તિ તેની સાથે લગ્ન કરવાનો છે એમ કહીને છાવણીમાં જતી બચાવી

લીધી હોય છે. પછી તેણે ખોટા લગ્ન પણ કર્યા હતા અને ઘર પણ લઈ ગયો હતો. પત્નીને જૂઠું કહ્યું હતું કે, છોકરાઓ માટે અંગ્રેજી આયા લાવ્યો છે પણ પત્ની લોતેને બહુ જ હેરાન કરતી હોય છે. છેવટે લોતેને મુંબઈ લઈ જઈને ફ્લેટ અપાવ્યો છે અને ધંધા માટે નાનકડી જગ્યા પણ. એવું એમણે સાંભળ્યું છે. કલકત્તાના રમખાણો અને પરિસ્થિતિનું હૃદયદ્રાવક વર્ણન છે. છેવટે એ મુંબઈ આવી જાય છે. ચીમનલાલને મળે છે. ચીમનલાલ સારા માણસ છે, ઘણા ધંધા કરે છે. માણસને પારખવામાં હોશિયાર છે. તેઓ બોમગાર્ટનરને એમના ધંધામાં જોડી દે છે. કોલાબાના હીરા-નિવાસમાં તેને રૂમ ભાડે અપાવે છે. જીવન નવેસરથી શરૂ થાય છે. ચીમનલાલને ખૂબ લાગણી છે. તેમની વચ્ચે કોઈ લખાણ થયું નથી. બંને જણ રવિવારે રેસકોર્સ પણ જતા હોય છે. બોમગાર્ટનર જે પણ ઘોડો પસંદ કરે તે જ ઘોડો જીતી જતો હોય છે. ખૂબ પૈસા અને ટ્રોફીઓ મળતા હોય છે. ચીમનલાલ ટ્રોફીઓ તો એને જ આપી દેતા હોય છે. "હ્યુગોભાઈ આ તો તમારી પાસે જ હોવી જોઈએ." પણ એ તો અલિપ્ત હતો. બધી ટ્રોફીઓ લાવીને ટેબલ પર ગોઠવી દેતો હતો. લોતે તેના ઘરની નજીક જ રહેતી હોય છે. એ લોતે સાથે ખૂબ જ આત્મીયતા અનુભવે છે. બંને જણ માતૃભાષામાં બધી વાતો શેર કરી શકે છે. લોતે પણ જીવનનો અર્થ શોધવાનો સંઘર્ષ કરી રહી છે. કાન્તિ મૃત્યુ પામ્યો છે. ફ્લેટ છોકરાઓએ પાછો લઈ લીધો છે અને ધંધા માટેની નાનકડી જગ્યામાં જીવન પસાર કરી રહી છે.

બોમગાર્ટનર એક દિવસ રસ્તા પર જખ્મી બિલાડી જૂએ છે, એને સાચવી ઘેર લઈ આવે છે પણ એ બચતી નથી. પછી તો આ તેનું રોજનું કામ થઈ જાય છે. માંદી રખડતી બિલાડીઓને ઘેર લઈ આવવાનું. એ એટલો બધો એકલો છે કે બિલાડીઓ સાથે આત્મીયતા અનુભવી શકે છે. તેમનાં નામ જર્મન પાડે છે અને તેમની સાથે જર્મન ભાષામાં વાતો કરે છે. આજુ બાજુની રેસ્ટોરન્ટોમાંથી એઠું ખાવાનું માંગી લાવે છે. એની તીવ્ર વાસ આજુબાજુના લોકોમાં ભારે અણગમો ઉપજાવે છે. ચીમનલાલ વૃદ્ધ થયા છે. દીકરાએ સુકાન સંભાળી લીધું છે. દીકરો નપાવટ છે પણ એ એમને ચિંતા નહિં કરવાનું અને પોતાની સંભાળ લેવાનું કહે છે. છેવટે તેમનું મૃત્યુ થાય છે. થોડા દિવસ પછી એ હિસાબ

કરવા છોકરા પાસે જાય છે. છોકરો લખાણ માંગે છે અને જેમ તેમ બોલવા માંડે છે. એને શાંત પાડી એક અક્ષર બોલ્યા વગર ત્યાંથી નીકળી જાય છે. હવે તેનો બધો સમય બિલાડીઓના જતનમાં અને લોતે સાથે પસાર થઈ રહ્યો છે. એક રેસ્ટોરન્ટનો શરૂઆતથી જ ઉલ્લેખ છે. તેનો માલિક ફારોખ પારસી છે અને મિત્ર પણ છે. કારણ કે બોમગાર્ટનર તેનો કાયમી ગ્રાહક છે. છતાંય ઉપકાર કરતો હોય એમ બિલાડીઓ માટે કાઢી નાખેલું અન્ન આપતો હોય છે. એની રેસ્ટોરન્ટમાં બે દિવસથી એક હિપ્પી આવીને બેઠો છે. ખસવાનું નામ લેતો નથી. ફારોખ ચિંતામાં છે. બોમગાર્ટનરને આગ્રહ કરે છે કે, "તારા દેશનો લાગે છે. તારી ભાષામાં વાત કરીને એનો નિકાલ લાવ." એની આમાં પડવાની જરાય ઈચ્છા નથી. છતાંય ફારોખના આગ્રહથી તેની સાથે મૃદુભાષામાં વાત કરે છે અને અનાયાસે તેની ભાષામાં બોલાઈ જવાય છે કે, "મારા ઘેર આવીશ ?" એ હિપ્પી તૈયાર થઈ જાય છે. હુગો એને એના ઘેર લઈ જાય છે. તદ્દન વિવેકહીન અને નીચ કક્ષાનો એ છોકરો ટેબલ પર પડેલી ટ્રોફીઓ જોઈને નાચવા માંડે છે. એ જ રાત્રે તીક્ષ્ણ હથિયારથી બોમગાર્ટનરની હત્યા કરી ટ્રોફીઓ લઈને નાસી જાય છે. આમ એક અલગારી અને ઉમદા વ્યક્તિના જીવનનો કરુણ અંત આવે છે.

"બોમગાર્ટ નર્સ બોમ્બે" એક બદનસીબ શરણાર્થી માનવજાતના અનિષ્ટોનો શિકાર બનીને છેલ્લે કરપીણ મુક્તિને વરે છે. પોતાની ઓળખ માટે ભટકતો કથા નાયક એને જો પણ સંજોગો મળે છે તેને સ્વીકારે છે. ઘણું વેઠે છે છતાં પણ પોતાનું સારાપણું જાળવી રાખે છે. કોઈ પણ જગ્યાએ તેનો સ્વીકાર નથી છતાં તેની ભલાઈ અને સજ્જનતા ક્યાંય ઝાંખી પડતી નથી. હબીબુલ્લા માટે તેની સંવેદના, ચીમનલાલ પ્રત્યે વફાદારી, ફારોખ પ્રત્યે કૃતજ્ઞતા, લોતે પ્રત્યે લાગણી બેમિસાલ છે. નવલકથામાં વિશ્વયુદ્ધ છે, કોમી યુથ છે, ધર્મનો સંઘર્ષ છે અને હુગો બોમગાર્ટનરની બીજાઓ પ્રત્યેની અનુકંપા છે. કેવળ યુદ્ધ નથી. બીજા ઘણાં ઈરાદાપૂર્વકના અનિષ્ટોનો સમાવેશ છે. દા.ત. બર્લિન શહેરમાં ચાલતો કેર, કલકત્તામાં ભાગલાના પરિણામો, છાવણીના જીવનનું દ્રશ્ય અને સૌથી મહત્વનો નિર્દેશ હિપ્પીના ઓઠા

હેઠળ આવતા પ્રવાસીઓનો છે જે ખુલ્લી આંખે દેખાડે છે કે, તેમની પાસે પૈસા પણ નથી કે કામ પણ નથી અથવા તો તેમને કરવું નથી. નશા માટે ગમે તે કક્ષાએ ઉતરી જઈ શકે છે.

આમ વતનનો ઝુરાપો અને સ્વની ઓળખ એ આત્માને વળગેલું લક્ષણ છે તે સૂચિત થાય છે અને એ ઓળખ મેળવવાનો સંઘર્ષ પણ આત્મા સાથે જ વિદાય લે છે. તેનું સુંદર વિવરણ કરતી આ કૃતિ કલાત્મક રીતે આકાર પામી છે.

(ડાયસ્પોરા સાહિત્યના સંદર્ભે અભિરુચિમાં આપેલું વક્તવ્ય)

7
નિર્વિકલ્પ

આદિકાળથી ભારતમાં રામ-રાવણ, કૌરવો-પાંડવો, કૃષ્ણ અને કંસ, આર્યો-અનાર્યો વચ્ચે વૈમનસ્ય ચાલ્યું આવે છે. પરદેશમાં રંગભેદ, જાતીવાદ, ગુલામીપ્રથા વગેરેમાં ઊંચ-નીચનું વલણ રહેલું છે. આપણે એટલે પોતે અને બીજા એટલે (પારકા) એવા વલણનું બીજ માનવમનમાં જન્મજાત રોપાયેલું છે. (દા.ત.આપણે ગુજરાતી અને પેલા... મરાઠા... આપણે હિન્દુ અને પેલા... પટેલ...) જો કે એકબીજા સાથે વાદમાં પડ્યા વગર સહકારથી રહેવાનો ગુણ મોટા ભાગના લોકોમાં હોય છે. છતાં પણ દરેક સમુહમાં ગણો કે સમાજમાં, ધર્મમાં કે દેશમાં મુઠ્ઠીભર અંતિમવાદી પેદા થાય છે. Extremist. આ મુઠ્ઠીભર કટ્ટરવાદીઓ ઈતિહાસનો ચહેરો ખરડી નાખે છે. એનાથી વિપરીત, તટસ્થ વલણ ધરાવતા યુગ પ્રવર્તક આત્માઓ પણ જન્મ લે છે અને સમાજમાં પ્રેમ અને પરોપકારની મહેંક પ્રસરાવે છે. આ માનવીય સંવેદનાઓને ઝીલવા અને સાચા ખોટાનો વિવેક સમજવા અને અનુભવવા 'સાહિત્ય' શ્રેષ્ઠ માધ્યમ છે.

'નિર્વિકલ્પ' નવલકથાના લેખક ભગવતીકુમાર શર્માનો જન્મ સૂરતમાં 31 મે, 1934ના રોજ થયો હતો. 1955માં ગુજરાતમિત્ર ડેઈલીમાં પત્રકાર તરીકે જોડાયા અને 1968માં ગુજરાતી અને અંગ્રેજી સાથે બી.એ.ની ડિગ્રી લીધી. તેમનું પત્રકારત્વ અને સર્જકત્વ વચ્ચેનું

સંતુલન અદ્‌ભૂત હતું. ગાંભીર્ય અને તટસ્થત્તાને અનુભવ હતો. 5, સપ્ટેમ્બર, 2018માં તેમનું અવસાન થયું હતું. તેમને પત્રકાર ક્ષેત્રમાં અને સાહિત્યસર્જનમાં અનેક સન્માનો અને પારિતોષિકોથી નવાજવામાં આવ્યા છે. "નિર્વિકલ્પ' સાહિત્ય સંગમ, સુરતમાં છપાયેલી, 300 પાના ધરાવતી, 2006માં પ્રકાશિત થયેલી નવલકથા છે. આમ તો આ એક કુટુંબ કથા છે પણ તેમાં હિંદુ-મુસ્લિમ વૈમનસ્વ, રાજકારણ, ઈમરજન્સી, ક્રિકેટ મેચ, 60-70 વર્ષ પહેલાના સમાજથી લઈને આજ સુધીના સમાજનું દર્શન છે. આધ્યાત્મિકતાનો સ્પર્શ, મૈત્રી, સ્વાર્થ, અહમ, ઈર્ષ્યા, પવિત્ર ગંગાનદીનું મહત્વ, ભક્તિધર્મ, ક્રિયાકાંડ, જડતા અને અસ્વચ્છતા જેવા અનેક પાસા આવરી લેવાયા છે. 'નિર્વિકલ્પ' વિશે લેખક કહે છે પોતે મુદ્દલે અંતિમવાદી નથી અને અહીં પણ તેમણે તટસ્થ વલણ રાખ્યું છે. આપણા મહાન સાહિત્યકાર અને ચિંતક શ્રી ગુણવંત શાહે 'નિર્વિકલ્પ'ની પ્રસ્તાવનામાં જણાવ્યું છે કે, "નવલકથામાં આજના ભારતના પ્રવર્તમાન હિંદુ-મુસ્લિમ વૈમનસ્યની સંકુલ સમસ્યા આબાદ ગુંથાઈ છે. આજના સેક્યુલર સંદર્ભમાં ચાર મુખ્ય પરિબળો કામ કરી રહ્યા છે. (1) કટ્ટર હિંદુત્વના પરિબળોનું પ્રતિનિધિત્વ વિક્રાંત કરે છે. (2) કટ્ટર ઈસ્લામના પરિબળોનું પ્રતીક ઈરફાન છે. (3) ઉદારમતવાદી હિન્દુત્વના પ્રતીક પ્રયાગ મહેતા છે અને (4) ઉદારમતવાદી ઈસ્લામનો ઉમદા સંકેત વકીલ યાસીનખાન થકી પ્રગટ થયો છે.

નવલકથાના નાયક પ્રયાગ મહેતા રીટાયર પત્રકાર છે, અત્યારે ફ્રી લાન્સીંગ કરે છે. પ્રત્યેક ઘટના અને માણસ પ્રત્યે પૂર્વગ્રહ અને અભિગ્રહથી મુક્ત દ્રષ્ટિકોણ રાખે છે. જાહેર પરિસંવાદો અને સભાઓમાં ભાગ લે છે. તેમને બે સંતાનો છે અશેષ અને અનુ. બંને જણ મિતભાષી અને સરળ છે. અશેષની પત્ની મીતા સ્વાર્થી અને સ્વચ્છંદી સ્ત્રી છે. અનુનો પતિ વિક્રાંત રાજકારણોમાં ખેલાતી મેલી રમતોનો કાબેલ ખેલાડી છે. અનુની દીકરી વિપાશા સુંદર કન્યા છે અને અશેષનો દીકરો પ્રતીક અત્યારના સમયનું પ્રતિનિધિત્વ કરતો તરવરિયો અને તેજસ્વી યુવાન છે. દાદાની નિકટ છે. મુસલમાન વકીલ યાસીનખાનની દીકરી નીલોફરના પ્રેમમાં છે. નવલકથાની શરુઆતમાં જ પ્રયાગભાઈની

યુવાનીની મિત્ર વિભા પારેખનો ફોન આવે છે. એ ફોન મીતા રસોડાના ફોનમાંથી સાંભળે છે. સાંજે પતિ અશેષ આવે છે ત્યારે પૂછપરછ કરે છે. અશેષના જવાબો પરથી ખ્યાલ આવે છે કે તે કોઈ વિભા પારેખ નામની વ્યક્તિને જાણતો નથી. તેને ખ્યાલ છે કે તેના મમ્મી-પપ્પા એકબીજાને ચલાવી લેતા હતા. પણ તેમના સંબંધમાં ઉષ્મા નહોતી. બંને વચ્ચે કક્ષાભેદ હતો. પ્રયાગભાઈ સૂક્ષ્મ અને વિશ્વવ્યાપી સંવેદનામય દ્રષ્ટિ ધરાવતા હતા. જ્યારે તરલાબેનનું જીવન રસોઈ, મંદિર, શાકમાર્કેટ, બાળકો અને સગા-સંબંધીઓમાં સમાઈ જતું હતું.

ધીમે ધીમે પ્રયાગભાઈનો સંબંધ વિભા પારેખ સાથે વિકસતો જાય છે. પ્રતીક અને નિલોફરનો પ્રેમ સંબંધ તો છે જ. જે મીતા અને વિક્રાંતને પસંદ નથી. ખાસ તો વિક્રાંત હિંદુત્વવાદી સંગઠનનો મુખ્ય માણસ છે. પ્રયાગભાઈના જન્મદિવસે તેમના ઘેર બધા ભેગા થાય છે. વિભાબેન અને નિલોફર પણ આવ્યાં હોય છે. મીતાનો અણગમો પ્રગટતો રહે છે. વિક્રાંતના વાણી-વર્તન પરથી તેનું હલકુ અને છીછરું વ્યક્તિત્વ છતું થયું છે. અહીં પ્રયાગભાઈ અને વિભાબેન વચ્ચે સુંદર સંવાદ છે. વિભાબેનને લાગે છે તે આવ્યા તે મીતાને ગમ્યું નથી. પ્રયાગભાઈને થાય છે ક્યાં સુધી બધાની ચિંતાઓ કર્યા કરવાની. એ અવઢવમાં પ્રયાગભાઈ કહે છે તેમને ઈમોશનલ થાક લાગ્યો છે. વિભાબેન સુંદર જવાબ આપે છે કે, જિંદગીના છેલ્લા શ્વાસ સુધી રીલેશનશીપ તો પેઈનફૂલ જ રહેવાની પણ તે બંને સમજદારીથી સાથ તો કોઈ થી પણ ગભરાયા વિના નિભાવશે. પ્રતીક અને નીલુનો સંબંધના સંદર્ભમાં વિક્રાંતને શહેરમાં પરિસ્થિતિને વણસાવવામાં ઘણો રસ છે. મીતાની ચિંતાનો જવાબ પ્રયાગભાઈ બહુ શાંતિથી આપે છે. "હુલ્લડો ભાગ્યે જ થતા હોય છે. ઘણુંખરું તો કરાવાય છે. હુલ્લડોને કોઈ કારણ સાથે સંબંધ નથી. મોટાભાગે બહાનાની નીપજ હોય છે."

હવે પછી મુસ્લિમ વિસ્તારનું બારીકાઈથી વર્ણન છે. ઓછા હવા ઉજાસવાળી ગલી-ગૂચીઓ-સમોસા-કબાબ-આમલેટ વેચતી લારીઓ, પાન-બીડીના ગલ્લાઓ, આમતેમ દોડીજતી મરઘીઓ, દોરડે બાંધેલા બકરા-બકરી, કોક સસ્તી હોટલના પ્રવેશદ્વાર પાસે સગડા પર ઉંધા

પાડેલા તવા પર શેકાતા નાન-રોટીની ગંધ, મસ્જિદમાંથી સમયસર ઉઠતા નમાઝના બુલંદ સૂર, ઉર્સ અને રમજાનના દિવસોમાં રોશનીની રોનક, બુકસ્ટોલ પર નજરે પડતા ઉર્દૂ અખબાર-ઘૂપ, લોબાની દાની લઈને ફરતા ફકીરો અને ધુમ્રવલયો, નિકાહની રીતે ગૂંજતી શહેનાઈ અને ઢબુકતા ઢોલ, આવજા કરતી બુરખાધારી સ્ત્રીઓ, ટોળે વળેલા લૂંગીધારી પુરુષો, સડકછાપ કેરમ, પત્તા રમતા ટપોરીઓ. લેખકે ખૂબ ઝીણવટથી હિંદુ અને મુસલમાન સમાજનો વિરોધાભાષ બનાવ્યો છે પણ એ તો રીતભાત અને વાતાવરણની ભિન્નતા છે. પણ માનવમનનું શું ? વિક્રાંત સોફેસ્ટીકેટેડ કટ્ટરવાદી પાત્ર છે જ્યારે સડકછાપ મુસલમાન યુવાનો કટ્ટરવાદી બતાવ્યા છે. અહીં એક સુંદર સંયોગ પણ બતાવ્યો છે. એડવોકેટ ખાનનો જૂનીયર રુદ્રાક્ષ શુક્લ હિંદુ છે. તેમના મોટા કઝીન મહમદ ઈનાયતખાન શહેરના મશહુર શહેનાઈ નવાઝ છે અને તેમનો માનીતો જોડીદાર દુર્ગાપ્રસાદ છે. આવા ખુદાના બંદાનો બેટો ઈર્ફાન અને ઈમ્તિયાઝ કટ્ટર તોફાની તત્વો સમાન ગુંડા છે. વકીલખાનને ધમકી આપે છે કે તેમની દીકરી હિંદુના પ્રેમમાં છે તે ઠીક નથી અને કોમી-બિરાદરીના નામ પર રુદ્રાક્ષને કાઢી મુકવા જબરજસ્તી કરે છે. વકીલ શ્રી પૂછે છે. "ઈનાયત ખાનનો સાગરિત કોણ છે?" ત્યારે ચૂપ થઈ જાય છે પણ કહે છે કે, દુર્ગાપ્રસાદ તેમને પસંદ નથી.

કથા વધતી જાય છે. એકવાર પ્રતીક દાદાને સીધું જ પૂછી લે છે, "તમારું તરલાદાદી સાથેનું લગ્નજીવન સફળ હતું કે નિષ્ફળ?" પ્રયાગભાઈ જવાબ આપે છે કે, લગ્નજીવનના બે મુખ્ય પાસા છે. વ્યવહારિક અને ભાવનાગત એમાંથી એટલું કહી શકાય કે, વ્યવહારિક રીતે સફળ અને ભાવનાગત રીતે નિષ્ફળ. પ્રતીક સીધુ જ પૂછે છે કે, "વોટ અબાઉટ યોર રીલેશન્સ વીથ વિભાદાદી?" ત્યારે પ્રયાગભાઈ નિખાલસતાથી કહે છે, "બીજા કોઈએ આ પ્રશ્ન પૂછ્યો હોત તો મેં ટાળ્યો હોત. પણ તને કહું છું, અમારા સંબંધો પ્રારંભે પ્લેટોનિક હતા. વર્ષોના વિક્ષેપ પછી હવે પ્યોરલી સ્પીરીચ્યુઅલ બનતા જાય છે." પ્રતીક થકી બધા જુવાનિયાઓને અહીં દ્રઢતાનો સંદેશ છે. આગળ પરિસંવાદ આવે છે. ધર્મનિરપેક્ષતા વિરુદ્ધ સાંપ્રદાયિકતા. એમાં પણ

બંનેબાજુના વિચારો પ્રગટ થાય છે. વિક્રાંત અને ઈરફાન સામસામે એકઠા થયેલા લોકોમાં ધમાલ અને ઉશ્કેરાટ ફેલાવવા કટિબદ્ધ છે. સભામાં ત્રણ હિંદુ વક્તા છે અને ત્રણ મુસ્લિમ વક્તા. દરેકના થકી આપણા દેશમાં ચાલતા મુદ્દાઓ : મંદિરો-મસ્જિદ, નોકરી, લશ્કરમાં ભરતી, કટ્ટરવાદ સંગઠન, દલિતોનું શોષણ વગેરે આવરી લેવાયા છે. ત્યાં ધમાલ પણ થાય છે. યાસીનખાનનું ઉદબોધન છે, "મઝહબ નહિ સિખાતા આપસ મેં બૈર રખના" અને પ્રયાગભાઈનું વક્તવ્ય, "ધર્મનિરપેક્ષતામાં ધર્મનો ઈનકાર નથી, બધા ધર્મીનું સોહાદપૂર્ણ સહઅસ્તીત્વ અભિપ્રેત છે." પત્થરબાજીમાં ખાનને અને પ્રતીકને પત્થર વાગે છે. અહીં વિભાબહેનની અમેરિકા સ્થિત અમેરિકન મિત્ર સિલ્વિયા પણ થોડા દિવસ માટે ભારતની મુલાકાતે આવેલી હોઈ હાજર છે. વિક્રાંત પોલિસ ફરિયાદ કરવા તત્પર છે પણ પ્રયાગભાઈ ચોખ્ખી ના પાડે છે. એટલે વિક્રાંતનો ગુસ્સો આસમાને પહોંચી જાય છે. વિભા, પ્રયાગભાઈ અને સિલ્વિયા વિભાબેનના ઘેર બેઠા છે ત્યારે સિલ્વિયા પ્રયાગભાઈને પૂછે છે, "તમારા દેશમાં ધર્મનો સંઘર્ષ ઘણો ઉગ્ર છે. તમારો પૌત્ર મુસ્લિમ યુવતી સાથે લગ્ન કરવા માંગે છે એ વિશે તમારો શું અભિપ્રાય છે ?" "પ્રતીક અને નીલુની ઈચ્છા સવૌપરિ ગણાવા જોઈએ." અસામાજિક અને કોમી તનાવ ?" "તેનો હિંમતપૂર્વક સામનો કરવો જોઈએ. હું વૃદ્ધ છું પણ જૂનવાણી નથી." નાના નાના છમકલા તો ચાલુ જ છે. એમાં પ્રયાગભાઈ, વિભાબેન અને સિલ્વિયાનો હિમાલયનો પ્રવાસ વણી લીધો છે. હિમાલયનો પ્રભાવ, ઢોળવાળા રસ્તા, ધુમ્મસ, વનરાજિ, વાતાવરણનું સૌંદર્ય, ઝીણી ઝીણી સંવેદનાઓ, રાતાવાસના અનુભવો, બદરીનાથની યાત્રા, કેદારનાથ બાદમાં હરિદ્વાર આવીને સ્થળનું મહત્વ, ગંગાઘાટની આવતી મૃતજનોની સ્મૃતિમાં નદીમાં કરતા મુકાતા દીવા અને તીર્થ પુરોહિત પાસે કરાવાતો મહામૃત્યુંજયનો જાપ, હિંદુ ધર્મના થોડા રિવાજો વગેરે લગભગ આપણી સંસ્કૃતિનું નિરૂપણ છે. શાંતિનો અનુભવ છે. એની સમાંતરે જ ચાલતો પ્રયાગભાઈના ઘરમાં અજંપો, વિક્રાંતની દાદાગીરી, ઈમ્તિયાઝ સાથે બાખડવું, પ્રતીક અને નીલુના પ્રેમને હુલ્લડનું કારણ બતાવી તેના પર પૂર્ણ વિરામ મુકવાની વિક્રાન્તની પ્રતીક પર જબરદસ્તી એટલે બધા ઉત્તેજક છે કે ક્ષણભર પ્રતીકને

અંધકાર ભાસે છે. એને થાય છે આટલી બધી ધમાલ ફક્ત એમના પવિત્ર લાગણીને કારણે ? બીજી ક્ષણે એને વિચાર આવે છે એમ કંઈ પાછા ફરી જવાય ? આ તો બંને તરફના સ્વાર્થી અને અંતિવાદી તજજ્ઞો પોતાના દુરાગ્રહો દ્વારા પરિસ્થિતિને વળાંક આપી રહ્યા છે. બહાનું તો કોઈપણ હોઈ શકે. પ્રેમસંબંધ, ગાયનું કપાયેલુ પૂંછડું, ધર્મસ્થાનો નજીક શોભાયાત્રા પર પત્થરમારો તો પછી કોઈ પ્રેમ જ ના કરી શકે ? અને એ નમતું નહિં જોખવાનો નિર્ણય લે છે. પ્રતીક અને નિલોફર ભાગી જવાનો પ્લાન કરે છે. વિભાબેન પોતાના પૌત્ર અને પૌત્રવધુની જેમ જ આશીર્વાદ, તેમને કામ લાગે તેટલા પૈસા અને દાગીના આપે છે. છેલ્લે ક્રિકેટ આવે છે. ક્રિકેટને ખાસ્સુ મહત્ત્વ અપાયું છે. ક્રિકેટના માહોલમાં ભાગી જવાનો પ્લાન ગોઠવાય છે. છેલ્લા સમયે બેંગ્લોર એક્સપ્રેસમાં જવાનો પ્લાન ગુંડાઓને ખબર પડી જાય છે. છેવટે ટોળું દોડે છે સ્ટેશન તરફ. અંત લેખકે અસ્પષ્ટ આપ્યો છે. આપણા પર છોડ્યું છે કે પ્રતીક-નીલુ ટ્રેનમાં ચડી ગયા કે રમખાણોમાં ખપ્પરમાં હોમાઈ ગયા? મને તો આ નવલકથા ખૂબ લાંબી લાગી. અંતહીન ટી.વી. સીરીયલો જેવી. નવલકથામાં ઘણી નબળી ક્ષણોનો ઉલ્લેખ છે પછી તરત જ પ્રતિભાવ છે – શું કામ ? મુઠ્ઠીભર સંકીર્ણ તત્વો માટે ? જેવા કે પ્રયાગભાઈ-વિભાબેનનો સંબંધ, ધર્મ પરિવર્તન, હિંદુ જુનિયરને છૂટો કરવાનો મુદ્દો અને પ્રતીક-નિલોફરના પ્રેમ સંબંધ પર પૂર્ણ વિરામ!એટલે હું તો એમ જ માનીશ કે પ્રતીકે નીલોફરને ડબામાં ખેંચી લીધી. લોકો ત્યાં ના ત્યાં! તો જ આટલી લાંબી કથાનો અર્થ સરે. નહિંતર વિજય કોનો ? વિક્રાંત નિર્લજ્જ અને અધમ છે. એ તુચ્છકાર પૂર્વક વિચારે છે, "આ ડોસો નથી વેદિયો છે, કશું સમજતો નથી, ડોસી ચબરાક ખરી પણ મારી પાસે તેની શી વિસાત ? અશેષમાં મીઠું નથી, મીતા મારી કઠપુતળી છે, અનુનો શો હિસાબ ? પ્રતીક માથાફરેલ છે પણ તેને પહોંચી વળાશે. આ નીલોફર યાસીન ખાન કેટલા પાણીમાં છે તે ચકાસવું પડશે. અત્યારે તો આ બધા જ વામણા, નબળા માણસો એકાએક મારી મુઠ્ઠીમાં છે." આટલી નીચલી કક્ષાના માણસના બદઈરાદા પાર પડી ગયા એવું વિચારી શકાય ? ('આપણે અને અધર્સ' વિષયના સંદર્ભે 'વિભાજન' અને 'કોમી એખલાસ' પર આપેલ વક્તવ્ય.)

8
ચીનુ મોદીના એકાંકી

એકાંકીનો અર્થ થાય છે એક અંકવાળુ નાટક, સંસ્કૃતમાં ચૌદ જેટલા એક અંકી પ્રકારોની ગણતરી કરવામાં આવી છે. આજનું એકાંકી પશ્ચિમમાં દીર્ઘ નાટકોની ભજવણી પૂર્વે, વચ્ચે કે અંતે મુકાતા કર્ટન રેઈઝર, ઈન્ટરલ્યુડ તથા આફ્ટર-પીસ તરીકે ઓળખાતા લઘુ નાટકોમાંથી વિકસ્યુ છે. મધ્યયુગમાં ધર્મગુરુઓએ બાઈબલ કે ઈસુજીવનના પ્રસંગો વણી લઈ આ નાટ્ય સ્વરૂપ વિસ્તાર્યું. જતે દિવસે આ નાટ્યરચનાઓ દેવળમાંથી નીકળી ચોગાનમાં કે પછી ગામને પાદર આવી પહોંચી. બીજા વિષયો પણ ઉમેરાયા અને છેક હાસ્યરસ સુધી પહોંચ્યા.

પાશ્ચાત એકાંકીથી આકર્ષાઈને આ નાટ્યસ્વરૂપ ગુજરાતીમાં લાવવાની પહેલ બટુભાઈ ઉમરવાડિયા, યશવંત પંડ્યા અને પ્રાણજીવન પાઠકે કરી છે. તેમના પછી એકાંકીના વિકાસની દ્રષ્ટિએ ઈન્દુલાલ યાજ્ઞિક, ઉમાશંકર જોશી, ચંદ્રવહન મહેતા, ઝવેરચંદ મેઘાણી, ર.વ.દેસાઈ, રંભાબેન ગાંધી, પનાલાલ પટેલ, જયભિખ્ખુ, ગુલાબદાસ બ્રોકર વગેરેએ પોતાની સૂઝ પ્રમાણે એકાંકીઓ આપ્યા છે. સુભાષ શાહ અને લાભશંકરનું સંયુક્ત સાહસ 'રે મઠ'ની સ્થાપના ગુજરાતી નાટ્યક્ષેત્રમાં મોકળાશનું કારણ બની છે. એકાંકી ક્ષેત્રે એબસર્ડ વિચારધારા પ્રવેશતા આજના માનવમનમાં અગોચર

ખૂણામાં ચાલી રહેલી ચિત્રવિચિત્ર ગડમથલોનું પ્રતીકાત્મક સ્વરૂપમાં આલેખન કરતી એબ્સર્ડ રચનાઓ વિકાસ પામી છે.

શ્રી ચીનુ મોદી આ ગાળાના અને આ ધારાના નાટ્યકાર છે. મૂળ પ્રકૃતિ એમની કવિની છે પણ કવિતા પછી તેમનો બીજો પ્રેમ નાટક છે. તેમણે કવિતા, નવલકથા, નાટક, વિવેચન, સંપાદનમાં જીવ રેડીને કામ કર્યું છે. જુદા જુદા સાહિત્યમંડળો સ્થાપવામાં તેમણે રસ લીધો છે. તેઓ 'રે મઠ'ના અગ્રણી હતા. ચીનુ મોદી રસ પડે તેવા આધુનિક સર્જક છે. તેઓ હંમેશા સાહિત્યમાં પ્રણાલિકાભંજક અને પ્રયોગ પુરસ્કારક રહ્યાં છે. તેમના ચાર એકાંકી સંગ્રહ પ્રગટ થયા છે.

તેમનો જન્મ 30મી સપ્ટેમ્બર, 1938ના રોજ વિજાપુર ઉત્તર ગુજરાતમાં થયો હતો. તેમણે બી.એ.., એમ.એ., એલ.એલ.બી. કરીને 'ખંડ કાવ્ય' પર ગુજરાત વિદ્યાપીઠમાંથી વિદ્યા વાચસ્પતિની ડિગ્રી મેળવી હતી. તેઓ મુખ્યત્વે અધ્યાપનકાર્ય કરતા હતા. ત્યારબાદ ટેલિવિઝનમાં સ્ક્રીપ્ટ રાઈટર તરીકે જોડાયા હતા. સ્થિરતા તેમની પ્રકૃતિમાં નહોતી. ચીનુ મોદીના મોટાભાગના એકાંકીઓ 'આ કંઠ સાબરમતી'માં ભજવાયા છે. 1967માં પ્રગટ થયેલો 'ડાયલના પંખી' એબ્સર્ડ એકાંકી સંગ્રહ છે, જેના એકાંકીઓ પદ્યમાં રચાયા છે. એમનો 'કોલબેલ' એકાંકી સંગ્રહ 1973માં પ્રગટ થયો છે. નવીન નાટ્યરીતિ ઝીલતા આ એકાંકી સંગ્રહને ગુજરાતનું પારિતોષિક પ્રાપ્ત થયું છે. એના દસ વર્ષ પછી 1984માં 'હુકમ માલિક' એકાંકી સંગ્રહ પ્રગટ થયો છે. આ નાટ્ય સંગ્રહ માત્ર ચીનુ મોદીનો જ નહિ પણ ગુજરાતી એકાંકી ક્ષેત્રે આવી રહેલ નવા મોડનો સીમાવર્તી સંગ્રહ બની રહ્યો છે. એ પુનઃ ઘટનાલક્ષી છે, કાર્યવેગને મહત્વ આપે છે, સંઘર્ષને તાગે છે, પરંપરાના સ્વરૂપો પાસે જાય છે, પુરાકલ્પનો તરફ ઢળેવળે છે, ભવાઈને ફંફોસે છે, ભાષાના, ચારિત્રભાષાના નોખા નોખા તરીકાઓ પ્રયોગે છે. ત્યારબાદ 1992માં 'રાજા મિડાસ' પ્રગટ થયો છે. અહીં પણ પુરાકથા પ્રતિ એમનું આકર્ષણ અકબંધ છે. આ સંગ્રહના બધા જ એકાંકીઓ નવા અર્થઘટનો સાથે પુરાકથાઓના નાટ્યાત્મક વિનિયોગ કરે છે. તેમના એકાંકીઓનો મુખ્ય વિષય - સમય, સ્ત્રી-પુરુષના

સંબંધો, મીથ કે જેમાં મુખ્યત્વે શ્રાપ-વરદાનનો પ્રશ્ન, વિસંગતીના પ્રશ્નો અને પુરાકથા વિનીયોગ ચીનુ મોદીના સર્જક વિશેષો છે.

સૌથી પહેલો સંગ્રહ 'ડાયલના પંખી'માં ચાર એકાંકી છે. ચારેય એકાંકી પદ્યમાં છે તે જ તેમની વિશિષ્યતા છે. આ એકાંકીઓ પ્રગટ થયા ત્યારે 'રે મઠ'નો સુવર્ણકાળ ચાલતો હતો. મધુ રાયની 'આ કંઠ સાબરમતી'માં તેઓએ લાભશંકર ઠાકર સાથે 'ડાયલના પંખી' અને 'કોલબેલ' સંગ્રહના બધા ભજવ્યા છે. 'કોલબેલ' એકાંકી સંગ્રહની પ્રસ્તાવના લેખકે વિશિષ્ટ રીતે લખેલી છે. ગુજરાતીમાં જે નવું નાટક લખાય છે તે એબ્સર્ડ જ હોય છે એવું માનનારા લેખકોની લેખકે ઠેકડી ઉડાડી છે. આ એકાંકીઓ ખૂબ જ સાહજિકતાપૂર્વક સ્ટેજ પર ભજવી શકાય તેવા છે. આ સંગ્રહનું શિર્ષક જે પામ્યું છે તે 'કોલબેલ' એકાંકી મનહર છંદના ટુકડાઓથી લખાયેલું પદ્ય નાટક છે, જેમાં એકાંતની વાત કરવામાં આવી છે. નિખિલેશ એના એકાંતની વેદના અભિવ્યક્ત કરતો બતાવ્યો છે. પારેવા જેવા કિશોરો વારંવાર કોલબેલ વગાડીને ઉડી જાય છે. નિખિલેશની આંતરિક વેદના બારણું ખોલ્યા પછી કોઈ હોય નહિં તેના દ્વારા વ્યક્ત કરાઈ છે. બીજું નોંધપાત્ર એકાંકી 'અસંબદ્ધ સંબંધો' વર્ષી પહેલા 'આ કંઠ સાબરમતી'માં લાભશંકર ઠાકરે ખૂબ સુંદર રીતે ભજવેલું આ એકાંકીમાં ત્રણ પાત્ર છે. એક રેખા, એક જુવાન, એક-એક પ્રૌઢ પુરુષ પાત્રો છે. પ્રણયનો ત્રિકોણ અહીં રચાયેલો છે. આમાં રેખાનો આંતરિક સૂક્ષ્મ સંઘર્ષ ખૂબ સરસ રીતે રજૂ થયેલો છે તે નાટકની વિશેષતા છે.

આ સંગ્રહનું પહેલું એકાંકી 'કશું સુઝતું નથી'માં વિવિધ અવાજોનો લેખકે ઉપયોગ કર્યો છે છતાં ય આ નાટક વાર્તા જેવું વધારે લાગે છે. સ્ત્રી-પુરુષનું આ નાટક છે. સ્ત્રીને લકવો થયો છે અને પુરુષને ખાંસી આવે છે. શારીરિક રોગો સાથે તેમનું દાંપત્ય પણ રોગીષ્ટ છે. એમાં ક્રૂરતા વ્યાપેલી છે. છતાં દાંપત્યજીવનની સાયકલ ચાલ્યા કરે છે. એ સમયગાળામાં પતિ-પત્નીના જીવનમાં ચાલતો સંઘર્ષ અને મોનોટોનીમાંથી છૂટવાના ફાંફાના વિષય લઈને નાટક રચવાની ફેશન ચાલતી હતી. 'રાજા મિડાસ' એ એમનો છેલ્લો એકાંકી સંગ્રહ છે. બધા

જ રેડિયો નાટક છે. પૌરાણિક કથાઓ પર આધારિત પાંચ એકાંકીઓનો આ સંગ્રહ છે. પ્રથમ એકાંકી 'ભસ્માસુર' આકાશવાણી નિમિત્તે લખાયેલું છે. સ્વરૂપની દ્રષ્ટિએ તેમ જ મીથના નવા અર્થઘટનની દ્રષ્ટિએ મહત્વનું છે. તેમણે આ કથાને નજીવા ફેરફાર સાથે સમગ્ર વિશ્વમાં વ્યાપ્ત વર્ણભેદ અને રંગભેદની સમસ્યાને ઉદઘાટિત કરવા માટે પ્રયોજેલી છે. અહીં નાટ્યકાર 'ભસ્માસુર' કથાના માધ્યમે પોતાની અભિપ્રેત વિચારણા પ્રગટ કરે છે. સવર્ણ કદી બીનસવર્ણને ઉન્નતિના પંથે ચડવા જ ના દે. બિનસવણી અસૂરતની જેમ જ સવર્ણને હંમેશાં ઊંચા, ચડિયાતા અને શ્રેષ્ઠ જ માને અને પછી ઈર્ષાથી તેમની સમકક્ષ થવાનો પ્રયત્ન કરે છે.

બીજું એકાંકી 'કાલ પરિવર્તન' છે. સત્તા કોઈને પણ છોડવી ગમતી નથી. ખુદ ઈન્દ્રને પણ. આ જ કથાવસ્તુ 'કાલ પરિવર્તન'માં વણી લેવામાં આવી છે. ઈન્દ્રનો આજે અંતિમ દિવસ છે પછી સત્તાનો ત્યાગ કરવાનો છે. બીજા દિવસથી કલીકાલનો પ્રારંભ થવાનો છે. એમના સંતાન દેવર્ષિ નારદ ટીકા-ટીપ્પણ કરે છે કે કાર્યભાર મુક્તિનો તો આપને આનંદ હોવો જોઈએ. ત્યારે ઈન્દ્ર નારદને જવાબ આપે છે કે પોતે રાજવી છે ઋષિ નહિં. ઈન્દ્રાણી અને સ્વર્ગની અપ્સરાઓ સ્વર્ગલોકના ઈન્દ્રાસનના અધિકારી છે જે પણ ઈન્દ્રાસન પર આરૂઢ હોય તેને વરેલા છે. તેમનું ચિરયૌવના અને અમર રહેવાનું વરદાન ઈન્દ્રાસન સાથે જોડાયેલું છે. તેમને કોઈના પર મમતા રાખવાનો અધિકાર નથી. ઈન્દ્રના સંતાપથી ઈન્દ્રાણી અને અપ્સરાઓ પણ વિચલીત થઈ જાય છે. માણસ હોય કે દેવ, બધાનું હૈયું એક ઉષ્મા અને પોતાનાપણું ઝંખતું હોય છે તે અહીં વર્ણાવ્યું છે. અપ્સરાઓ વિષ્ણુને ઈન્દ્ર સાથે રહી શકે તેવી વિનંતી કરે છે. ભગવાન વિષ્ણુ સમજાવે છે કે, તેમનું ચિરયૌવના અને અમરત્વનું વરદાન ગુમાવશે. પણ તેમના (અપ્સરાઓ) અતિ આગ્રહને વશ થઈ વિષ્ણુ વરદાન પાછું ખેંચે છે અને એ જ ક્ષણે ઈન્દ્રાણી અને બધી અપ્સરાઓ અતિવૃદ્ધ સ્ત્રીઓ બની જાય છે. તેના પછી શું બન્યું હશે તે વિચારવાનું કામ આપણા પર છોડે છે. અત્યારના કાળમાં ચાલતી અરાજકતા, વાવાઝોડું, ધરતીકંપ, દુકાળ, અતિવૃષ્ટિ વગેરે ઈન્દ્રાણી અને અપ્સરાઓએ કલીકાલનો

અસ્વીકાર કર્યો એટલે તો નહીં થતું હોય ને ? એવો પ્રશ્ન પૂછી લેખકે નાટકનો અંત લાવ્યા છે.

'હત્યા એક વિચાર'ની એકાંકીમાં સત્યપરાયણતાની ફિલસૂફી પ્રગટ થાય છે. એમાં સોક્રેટિસ અને પ્લેટોનો સમય અને એથેન્સ નગરીની વાત છે. એમાં અવિચારી અને અણઘડ નિયમોનું વર્ચસ્વ બતાવ્યું છે. 'રાજા મિડસ'ની વાતથી કોણ અજાણ છે ! એનો પ્રયોગ લેખકે હિંદુ ભક્ત અને તેની પત્નીને લઈને કર્યો છે. અતિ લોભ એ પાપનું મૂળ છે અને લોભ કેવો વિનાશ નોંતરે છે એ વાતનું નિરુપણ લેખકે શરૂઆતમાં રમુજ અને અંતમાં કરુણ એ રીતે સરળ સહજનો મહિમા નાટકમાં ઉચિત રીતે કર્યો છે. રાજા મિડાસનું ગ્રીક કથાનું કલ્પન પ્રયોજીને લખેલું આ એકાંકી 'રાજા મિડાસ સંગ્રહ'નું જ નહિ પરંતુ ચીનુ મોદીના નાટ્યસર્જનમાંનું પ્રથમ સ્તરીય એકાંકી બન્યું છે. આ એકાંકી લેખક સામર્થ્ય વિરુદ્ધ સમજ, સત્તા વિરુદ્ધ સ્વતંત્રતા, ધર્મ વિરુદ્ધ અધર્મ, અજ્ઞાન વિરુદ્ધ જ્ઞાન, લક્ષ્મી (ભક્ત પત્ની)નું પતિત્વ વિરુદ્ધ દાસત્વ જેવા સંઘર્ષ કલાકીય રસાળતાથી રસે છે. તેઓ ભાષાની સજ્જતા દ્વારા હળવાશ અને ગાંભીર્ય બંને સફળતાપૂર્વક ઉપસાવી શક્યા છે.

'હુકમ માલિક' તેમનો ત્રીજો એકાંકી સંગ્રહ છે. તેના બધા જ નાટકો લખાયા પછી ભજવાયા છે. આ સંગ્રહના 'હુકમ માલિક' અને 'ફોટોગ્રાફર' બંને એકાંકીઓ ચિરંજીવ ગણાયા છે. 'ફોટોગ્રાફર' વારંવાર ભજવાયેલું, અભિનેતાઓને અભિનય કરવાની અનેક શક્યતાઓ રચી આપતું એકાંકી છે. માત્ર ચાર પાત્રોથી તેની સંકલના થઈ છે. આ એકાંકીમાં હસમુખરાય અને સવિતા નામના એક દંપતિને એક ફોટોગ્રાફરની નજરે રજુ કરેલ છે. આ નાટકમાં રહેલો સૂક્ષ્મ સંઘર્ષ પતિ-પત્નીના જીવનમાં બનતી ઘટનાઓ સાથે એવો વણાઈ ગયો છે કે છૂટો પાડવા મથીએ તો પણ છૂટો ના પડે.

લગ્ન પહેલા હસમુખરાય ફોટો પડાવવા આવે છે. આ દ્રશ્ય સાથે એકાંકીનો પ્રારંભ થાય છે. ગાંધીવાદીના પિતાની પુત્રી સાથે લગ્ન કરવાના હોઈ હસમુખરાયની ભાષા, રીતભાત બધુ તેમને ગાંધીવાદી

બનાવી દે છે. હસમુખરાય કહે છે, "નહિ, આ તકલી છબીમાં જરૂર આવવી જોઈએ. હું લગભગ નહિ દેખાઉં તો પણ ચાલશે પણ આ તકલી જરૂર આવવી જોઈએ." આમ કહેવાના કારણ પાછળ કન્યાના પિતા ગાંધીવાદી છે અને પોતે ગાંધીવાદી પિતાની પુત્રી સાથે લગ્ન કરવા ઉત્સુક છે. અહીં હસમુખરાયજીનું માસ્તરી ગુજરાતી અને ફોટોગ્રાફરની સાદી સરળ ભાષાનું સંયોજન ધ્યાનાકર્ષક છે. ફોટોગ્રાફર જાણે-અજાણી હસમુખરાયના વ્યક્તિત્વથી અંજાતો જાય છે. હસમુખરાય સાથેનો પહેલો મેળાપ એને રોમાંચક લાગે છે. બીજી વખત એમની મુલાકાત વરસે સવા વરસે થાય છે. બીજી વખત હસમુખરાય અને સવિતા તેમની લગ્નતિથિ નિમિત્તે ફોટો પડાવવા આવે છે. ફોટોગ્રાફર જ્યારે એકલી સવિતાનો ફોટો લેવાનું કહે છે ત્યારે હસમુખરાય કહે છે, "આપ તો કેવા માણસ છો ? આજે અમારી લગ્નતિથિ છે. આજે એની સાથે મારું હોવાનું અનિવાર્ય છે." સવિતા; "બળ્યું તમે તો લોહી પી ગ્યા. મારે કંઈ ફોટું નથી પડાવવું. હેંડો તમ તમારે." કહીને હસમુખને સ્ટુડિયોમાંથી બહાર ખેંચી જાય છે. સવિતા ભોળી છે છતાંય તેમનો વહેવાર ચાલે છે. આ સંવાદ તેનું જૂનવાણી અને સંકુચિત માનસ પ્રગટ કરે છે. ત્રીજાવારની છબી સિમંતીના સિમંત છે. સવિતા મા બનવાની હોય છે ત્યારે એકલા જઈને કહી આવ્યા હોય છે કે, કાલે સવિતા આવશે કારણ કે તેણે ગર્ભ ધારણ કર્યો હોય છે. ફોટોગ્રાફરને હાશ થાય છે કે ચલો એમના ઘરમાં કોઈ વાત કરવાવાળુ આવશે. એ બીજે દિવસે સવિતાને કહે છે પણ ખરો, "હવે તમારે એક વાતનું સુખ થઈ ગયું. તમે બોલો છો એવું બોલનાર તો ઘરમાં આવશે." સવિતા: "એ ય એવું જ કહેતા હતા. અને મારેય આટલા દુઃખ નહિંતર શું કામ વેંઢારવાના ?"

એ પછી ઘણો સમય વીતી જાય છે. હસમુખરાય ફોટો લેવા આવતા જ નથી. ફોટો પડાવીને ગયા તે ગયા જ. ફોટોગ્રાફરને પણ તેમનો અભાવ ચાલે છે. વર્ષો વીતી જતા બતાવ્યા છે. ફોટોગ્રાફર તેના આસીસ્ટન્ટને જૂની કોપીઓ કાઢી નાખવાનું સૂચન કરે છે ત્યારે તે હસમુખ-સવિતાનો ફોટો બતાવે છે કે આને પણ કાઢી નાખું ? આટલા પુરતું જ આસીસ્ટન્ટનું પાત્ર એકાંકીમાં છે. વર્ષો પછી હસમુખ-સવિતા આવે છે ત્યારે વૃદ્ધ થઈ

ચૂક્યા હોય છે. ફોટોગ્રાફર જ્યારે સવિતાને સંતાન વિશે પૂછે છે ત્યારે વેદના સભરતાથી કહે છે :કુખે કાણી ડોલ પાણી કેમના સીંચવા?" સવિતાના આ વાક્યથી લાગે છે તેણે એકથી વધારેવાર માતૃત્વ ધારણ કર્યું હશે. પણ માતૃત્વ પામી શકી નથી. સવિતાને આંખે મોતિયો ઉતરાવ્યો, કાને બહેરાશ અને માથે વાંઝીયામેણું" આ દંપતિના જીવનની ઘેરી કરુણતા છે. લગ્નની પચીસી નિમિત્તે ફોટો પડાવવા આવેલા આ બંને જણની કરુણ કથનની રમુજ અને હળવાશમાં ક્રમે ક્રમે નીખરી છે. જીવનમાં બનતી સુખ-દુઃખની ઘટનાઓને તમે સાહજિકતાથી સ્વીકારી લો તો પછી સુખ કે દુઃખ કશુ સ્પર્શી શકતું નથી. પણ સમજણની જરુર ચોક્કસ પડે છે. લેખકે દંપત્તિને દુઃખ અનુભવતા નથી બતાવ્યા પણ પોતપોતાની રીતે જીવન વ્યતિત કરતા બતાવ્યા છે. કોઈ એકબીજાને નડતું નથી પણ સાથે સાથે ઐક્ય પણ સાધી શક્યા નથી. ફોટોગ્રાફરને તેમનું જીવન જોઈને દુઃખી થતો બતાવ્યો છે તે સૂચક છે. પણ લગ્નજીવનના પચીસ વર્ષ પછી તે નિમિત્તે ફોટો પડાવવા જવું એ મને Show must go on જેવું ઉમદા લાગ્યું. આમ ચીનુ મોદીનું આ એકાંકી ઉત્તમ બની રહે છે. અંતમાં 'હુકમ માલિક' વિશે વાત કરીશું. આ એકાંકીમાં બે જ પાત્રો છે. એક અધિકાર છે, જે પ્રાથમિક દ્રષ્ટિએ જોતાં યથા નામ તથા ગુણ અર્થાત જેવું નામ તેવા ગુણ છે. નાટકના જુદા જુદા દ્રશ્યોમાં અધિકારનો અધિકાર ભોગવવાનો ગુણ ક્ષીણ થતો જાય છે. છેવટે અધિકાર પણ ભાંગીતુટીને નામશેષ થઈ જાય છે. એટલે અંતે તો નામ અને ગુણની નિરર્થકતા જ દર્શાવી છે. બીજું પાત્ર જીનનું છે. અલીફ લૈલાની અરબસ્તાની કથામાં આવતા જીનનું પુરાકલ્પન લઈને રચાયેલું બે પાત્રોનું આ એકાંકી ત્રણ દ્રશ્યોમાં વિભાજીત છે. અહીં જીન એટલે અધિકારની તમામ સ્થૂળ વાસનાઓને પરિતોષનારૂ, હુકમ કર્યો કે વસ્તુ હાજર કરી દેનારું પાત્ર જીન, પરંપરામાં માનવેતર તરીકે આવે છે. એક તરફ અધિકારનું પાત્ર છે, જે સામાન્ય માણસની વૃત્તિ-પ્રવૃત્તિઓ અને ઝંખનાઓમાં જ વિશેષ રીતે રમમાણ છે. તેની સામે છે આ શક્તિશાળી યંત્ર સમો જીન જે પેલી વૃત્તિ-પ્રવૃત્તિઓ અને ઝંખનાઓ પાર પાડવા કેવળ યાંત્રિક ઉત્તર આપે છે. પણ સરવાળે તો માનવીની સાયુકલી આંતરિક વૃત્તિ-પ્રવૃત્તિ પર કુઠરાઘાત કરે છે. એક રીતે જોઈએ સ્થૂળ વાસનાની પરિપૂર્તી

માટે માણસને પ્રાપ્ત થયેલ યાંત્રિક શક્તિઓ વડે ઉત્પન્ન થતું અમાનુષિકરણ ભય સર્જે છે. વેદના અને સંઘર્ષનું આ એકાંકી છે.

જીન અધિકાર પ્રત્યે તાબેદારીના ભાવથી વર્તે છે. અધિકાર ત્રણ તાળી પાડે એટલે હાજર થવાનું અને જે કંઈ ચીજવસ્તુ લાવવાનો હુકમ કરે તે લાવી આપવાનું. જીન પાસે બે જ શબ્દો છે હુકમ માલિક. પ્રથમ દ્રશ્યમાં અધિકાર ત્રણ તાળી પાડે છે એટલે જીન હાજર થાય છે. અધિકાર એને બુટની દોરી છોડવાનો આદેશ આપે છે એટલે જીન છોડે છે. થોડીવાર પછી ફરીથી બંધાવે છે પછી એને બેસવા, ઉઠવા, ખુરશી ખસેડવા, ગુલાબ લાવવા, ગુલાબ જાંબુ લાવવા વગેરે જાત-જાતના આદેશો આપે છે અને છેવટે એને રજા આપે છે. જીન પાસે ધાર્યું કામ કઢાવવાનો અધિકાર મેળવતા પહેલા સામાન્ય માનવીય જીવનની પ્રવૃત્તિનો ત્યાગ કરવાની શરત અધિકારે કબૂલી છે. જેમ કે અન્યને મળવું નહિં, ઘરની બહાર જવું નહિં. અધિકારને જ્યારે જીન મળ્યો નહોતો ત્યારે એને ઓફિસેથી આવીને બુટની દોરી છોડવાનો પણ કંટાળો આવતો હતો. આરંભે જ એ ક્ષુલ્લક કાર્યમાં જીનની મદદ લેતો બતાવ્યો છે. પછી માંગ્યું મેળવવાનો અધિકાર મળે છે ત્યારે એક પછી એક અપેક્ષાઓ પ્રગટતી જાય છે પછી ઝટ નિર્ણય ના થઈ શકે એટલી હદ સુધી એ અપેક્ષાઓ ગુંચવાઈ જાય છે. અધિકારના એ હુકમોમાં એ ગુંચવણો સ્પષ્ટ દેખાય છે. આ લાવ... પેલું લાવ... નિર્ણય ના થઈ શકે એટલી હદે ગુંચવાયેલી માનવીની અપેક્ષાઓ જે તેને અનિર્ણાયક સ્થિતિમાં ઝઝુમતી કરી મુકે છે. અધિકારની વેદનાનું બીજું નિમિત્ત છે માનવીય સંબંધોનો વિચ્છેદ. સ્થૂળ લાલસા પાછળ અંધ બનેલા અધિકારને શરૂઆતમાં તો માનવીય સંબંધના વિચ્છેદની લાચારીનો પરિચય નથી. થોડો સમય તો એ સ્થૂળ તૃપ્તિમાં જ ખુશ રહે છે. પણ પછી એને એકલા એકલા ભોગવવાની લાચારી અને શૂન્યવત સ્થિતિ અને યંત્રવત ક્રિયાઓ સામે લાચારી વિકસાવવાનો આશય નાટ્યાત્મકતા ઉપજાવે છે. તૃષ્ણાઓ પાછળ હરખપદૂડા થઈને ભટકતા રહેતા માનવ રંગલાઓની અને તૃષ્ણાઓના ઢગ વચ્ચે ગુંગળાતા જતા માનવ સંબંધોની વાસ્તવિકતા લેખકે અધિકારના પાત્ર દ્વારા વ્યક્ત કરી છે. બીજા દ્રશ્યના આરંભમાં લેખકે અધિકાર

અને જિન વચ્ચે સંવાદ થવા દીધો નથી. અધિકારનો કંટાળો બીજા દ્રશ્યમાં સારી રીતે દર્શાવાયો છે. એ દીવાલ અને જોડા સાથે વાત કરે છે. અધિકાર હવે અંદરથી તુટતો જાય છે. તાળીઓ પણ શિથિલતાથી પાડે છે અને બોલે છે પણ મંદતાથી. જિન સાથે વાત કરવા જાય છે. પણ એ સડસડાટ બોલી જાય છે. કેમ છો ? મજામાં છો ? આવજો બાય બાય, ગુડનાઈટ બોલી જાય છે. આપણી ઔપચારિકતાની અને વ્યવહારિકતાની ભાષા દ્વારા સખત વિડંબના કરવામાં આવી છે.

ત્રીજું દ્રશ્ય અત્યંત ટૂંકું છે. અધિકાર અત્યંત વૃદ્ધ થઈ ગયો છે અને પથારીમાં સુતો છે, લગભગ મરણાસન્ન છે, અવાજ પણ નીકળતો નથી. અધિકારને પાણી પીવું છે, દવાનો સમય થયો છે, બે તાળીઓ તો એણે પાડી દીધી છે. હવે એને જિનથી છૂટવું છે. બીજીબાજુ જિજીવિષા પણ તીવ્ર છે. અંદરથી જ જાણે કોઈ ત્રીજી તાળી પાડવા મજબુર કરે છે. એક મન બીજું હાથ તરફ જતા એક હાથને રોકે છે તો બીજું મન પ્રેરે છે. આમાં અધિકાર હાંફી જાય છે. વધુ પડતાં શ્રમથી મોતને ભેટે છે. એ જ વખતે ડાબો હાથ જમણા હાથ પર પડે છે અને ત્રીજી તાળી વાગે છે. અટ્ટહાસ્ય સાથે તેના વિજયની ઘડી પોકારતો હોય તેમ જિન પ્રગટે છે અને એના શબ્દો હુકમ માલિક સાથે એકાંકી પુરુ થાય છે.

'હુકમ માલિક' એક વ્યક્તિના અધિકારના જીવનના નકારનું અને તેની નિરર્થકતાનું નાટક છે. ત્રણ દ્રશ્યોમાં ચૌવન, પૌઢાવસ્થા, વાર્ધક્ય અને મૃત્યુની સ્થિતિઓ દર્શાવીને લેખકે અધિકારની આખી જિંદગીની નિરર્થકતા આલેખવાનો પ્રયાસ કર્યો છે. આરંભે પ્રસન્નતાથી અને સ્વૈચ્છિક રીતે પછી ઉત્તરોત્તર વેદના મિશ્રિત ભાવથી અને છેલ્લે ટેવવશ બનીને સ્થૂળ લાલસાઓ તથા જડ યાંત્રિકતામાં ખૂપી જતા માનવજીવનનો મહત્વકાંક્ષી ખંડ આ એકાંકીનો વિષય છે. અભિવ્યક્તિ રીતીમાં પુરાકથા વિનિયોગ ચીનુ મોદીના સર્જન વિશેષો છે. એમના એકાંકીઓમાં કથાવસ્તુથી માંડીને ભાષા સંયોજનના અનેકવિધ પ્રયોગો આપણે માણી શકીએ છીએ.

(અભિરુચિમાં 'એકાંકી નાટક'ના સંદર્ભે આપેલું પ્રથમ વક્તવ્ય.)

9
કવિ કાન્ત

કાન્તનો જીવન અને કવનકાળ 1867થી 1923 સુધીનો છે, જે ઓગણીસમી સદીના ઉત્તરાર્ધ અને વીસમી સદીના પૂર્વાધના પહેલા ચરણને આવરી લે છે. આ સમયગાળો ગુજરાતી સાહિત્યમાં 'પંડિત' અથવા સાક્ષર યુગ તરીકે ઓળખાયો છે. 1869 કાન્તનો સમયગાળો તે જ યુગપુરુષ મહાત્મા ગાંધીનો પણ છે. વળી આ જ સમયે પ્રાર્થના-સમાજ અને આર્યસમાજની સ્થાપના થઈ હતી. ગુજરાતમાં સુધારાયુગ ફેલાવવામાં મહત્વનું પ્રદાન કરનારા કવિ નર્મદ, કરસનદાસ મુળજી વગેરેની ચીરવિદાયનો પણ આ જ સમય હતો. આ સમયગાળામાં અંગ્રેજી કેળવણીના પ્રસાર-પ્રભાવના કારણે નવી પાશ્ચાત સંસ્કૃતિના સંપર્કમાં ગુજરાતનો ભણેલો ગણેલો વર્ગ આવ્યો. આ રીતે સુધારાનો જંગ મંડાયો. પાશ્ચાત અને તેમાંય મુખ્યત્વે અંગ્રેજી સાહિત્ય સંસ્કૃતિનો સંપર્ક-પ્રભાવ વધ્યો. ખ્રિસ્તી ધર્મનો પ્રચાર, પ્રાર્થના સમાજનો ઉદય, બ્રહ્મસમાજ અને આર્ય સમાજની સ્થાપના, થિયોસોફીનો સમુદાય આવા અનેક પરિબળોએ કાન્તને તે સમયના જીવનમૂલ્યો પ્રત્યે ચિંતન અને મનન કરવા પ્રેર્યા હતા. કાન્તની કવિતા સહજ રીતે જ દલપત-નર્મદના જમાનાની કાવ્યધારાના અનુસંધાનમાં વધી અને ટૂંક સમયમાં "મારી કિસ્તી" લખીને પોતાની પ્રતિભાના બળે નૂતન શૈલીનું સર્જન કરી અર્વાચીન ગુજરાતી કવિતા સુધી પહોંચી છે.

કાન્તનું મૂળનામ મણિશંકર રત્નજી ભટ્ટ હતું. તેમનો જન્મ સૌરાષ્ટ્રમાં આવેલા અમરેલી જિલ્લાના ચાવંડ ગામે થયેલો. તેમણે શરૂઆતમાં શિક્ષણ માંગરોળ તથા મોરબીમાં લીધું હતું. રાજકોટ આલ્ફ્રેડ હાઈસ્કુલમાં ભણતા હતા ત્યારે ગાંધીજી તેમનાથી એક વર્ષ પાછળ હતા પરંતુ તેમનો પરિચય કાન્તને હતો. કૉલેજમાંથી તર્કશાસ્ત્ર અને નીતિશાસ્ત્રના વિષયો સાથે બી.એ.ની પરીક્ષા 1888માં બીજા વર્ગમાં પાસ કરી ત્યારે તેમની જ્ઞાતિમાં ગ્રેજ્યુએટ થનારા પહેલા વિદ્યાર્થી હતા અને તેમને જ્ઞાતિ તરફથી માનપત્ર આપવામાં આવ્યું હતું. કાન્ત, કલાપી એવા કવિઓ છે જેમના લગ્નજીવનનો સીધો પ્રભાવ એમની કવિતા પર જોવા મળે છે. તેમનું પ્રથમ લગ્ન નર્મદા (નદી) સાથે થયું હતું. તેઓ સુંદર અને સુશીલ હતા. તેમને અનુલક્ષીને તેમણે 'વિધુર-કુરંગ' અને 'વિપ્રયોગ' જેવી રચનાઓ કરી છે. તેમની બીજીવારના પત્ની નર્મદા (ન્હાની) ગુજરાતી સાત ધોરણ સુધી ભણેલા અને વાંચન રસિક હતા. તેમનું પણ સુવાવડમાં ધનુર્વા થવાથી અવસાન થયું હતું. કાન્ત આમ તો શ્રીમદ્ ભાગવતના પઠનમાં દ્રઢ શ્રદ્ધા ધરાવનારા પરંપરાગત હિંદુ સંસ્કારમાં ઊંડો રસ લેનારા ચુસ્ત નાગર જ્ઞાતિના હતા. સંસ્કૃત-બ્રાહ્મણ પરંપરામાં ઉછરેલા કાન્તે અંગ્રેજી સાહિત્ય અને કેળવણીના પ્રભાવે, ખ્રિસ્તી ધર્મના પ્રભાવમાં આવીને ખ્રિસ્તી ધર્મ અંગીકાર કર્યો હતો. પારાવાર સાંસારિક ઉપાધિઓ અને આધ્યાત્મિક કટોકટી વચ્ચે તેમની મથામણ સત્યમય આધાર પ્રાપ્ત કરવાની હતી. કાન્તનું ધર્માંતર વ્યાપક ધર્મભાવના અને સત્યની શોધના સંદર્ભમાં મહત્વનું છે. તેમના ધર્માંતરમાં ધર્મદ્વેષ નહિં પણ સત્યભક્તિ કારણભૂત છે. 'પૂર્વાલાપ' તેમનો પ્રકાશિત થયેલો એકમાત્ર ગ્રંથ છે. તેમાં 105 કાવ્યો છે. આ કાવ્યગ્રંથ માત્ર કાન્તનો જ નહિં, ગુજરાતી કવિતાનો પણ એક ઉજ્જવળ કીર્તિસ્તંભ છે. નિરંજન ભગત કાન્ત માટે કહે છે, "કાન્ત ગુજરાતી સાહિત્યમાં તેમની કવિતાના લીધે ચિરંજીવ સ્થાનના અધિકારી રહેશે અને કાન્તની કવિતાની આ ચિરંજીવિતાનું તેઓ કોઈપણ જાતની જાહેરાત કર્યા વગર ખાનગી રીતે જીવનભર ખ્રિસ્તી ધર્મનું પાલન કરી શકતા હોત. પરંતુ સત્યનિષ્ઠ અને નિખાલસ કાન્તના સ્વભાવ વિરૂદ્ધ હતું." તેમણે સ્પષ્ટ રીતે લખ્યું છે, "પોતાનો

ધર્મ જેવા વિષયમાં જે વાત સાચી લાગતી હોય તે ગુપ્ત રાખવી એમાં સત્યને અપમાન જેવું લાગે છે.”

કાન્તમાલા :

મુખ્ય કારણભૂત તત્વ છે કાન્તનું શુદ્ધ lyricism-ઉર્મિકવિત્વ. કાન્તે ચીલાચાલુ ધર્મતત્વના ફલિતાર્થીમાં મૂકપણે પોતાની જાતને ના ગોઠવતા પોતાના અનુભવો દ્વારા જે તે ધર્મતત્વને પોતાની રીતે પ્રમાણ જાળવાનો પ્રયત્ન કર્યો છે. એમની સત્યધર્મની ખોજ તેમની શબ્દ-કલામાં પણ અગત્યનું સાધન બની રહી છે. કાન્તે પૌરાણિક વસ્તુસામગ્રી લઈને ખંડકાવ્યો દ્વારા વ્યક્તિત્વની પ્રાકૃતિક મથામણોને નવીન વિનિયોગ દ્વારા જીવનના વેદનામય પાસાનું દર્શન કરાવ્યું છે. કાન્ત સમસ્ત નિયતિચક્રમાં અટવાયેલા મનુષ્યના ચહેરા પર શાશ્વત સુખનો, પ્રસન્ન શાંતિનો ઉજાસ જોવા ઉત્સુક હતા પણ તે જોવા નહિ મળતા તેમનું ‘કુસુમ સરખું કોમળ હૃદય’ એમના ખંડકાવ્યોને અત્યંત મનોવેધક બનાવીને રહે છે.

એમના ખંડકાવ્યોમાં એમના તરફડાટનો અભિવ્યક્ત કરવા માટેના અવલંબનો તરીકે બાલમૃગ, સહદેવ, પાંડુ, ચક્રવાકમિથુન આદિને આપણે જોવા રહ્યાં. તેમની મનોમંથન-પ્રેરક રજૂઆત શક્તિ ખંડકાવ્યોમાં અપૂર્વ છે. ‘મૃગતૃષ્ણા’માં એક નિર્દોષ બાલહરિણીને મૃગજળમાં ફસાઈને મરવાનું થાય છે. ‘રમા’ ખંડકાવ્યમાં પરણ્યા બાદ પોતાનામાંથી પતિનો રસ ઘટતો જોઈને એક ગૃહિણીનું હૃદય ઊંડા ક્લેશમાં તવાય છે. ‘કલ્પના અને કસ્તુરીમૃગ’માં શિકારી બીનકારની - ગારુડીની જાળમાં જે રીતે હરણ ફસાય છે એમાં કલાનો જે અનિચ્છનીય ઉપયોગ થાય છે તેનું દુઃખ ચિત્રણ છે. કલાનું આશ્વાસન પણ જાણે બચતું નથી. ‘અતિજ્ઞાન’માં સહદેવની સર્વજ્ઞતાની શક્તિ થનાર વસ્તુને અન્યથા કરવાની શક્તિના - સર્વશક્તિમત્તાના અભાવના સંદર્ભમાં કેવી અભિશાપ બની જાય છે. તેનું દારુણ નિરૂપણ છે. તે દ્રૌપદીની વસ્ત્રાહરણના કારણે ઉદ્ભવનારી કરુણતાને જાણતો હોવા છતાં એક પતિ તરીકે નિવારવા માટે કશું જ નહિ કરી શકતાં

અસહ્ય લાચારીનો અપરાધવૃત્તિનો અનુભવ કરી રહે છે. 'વસંતવિજય'માં પણ પાંડુ જે રીતે ઋષિના શાપથી સન્મુખ મરણ છતાં સ્નેહાવેગે જાતે એ તરફ ધસી જઈને પોતાને ખોઈ દે છે તેની મર્મસ્પર્શી વેદના છે. 'ચક્રવાકમિથુન'માં જે રીતે વિધિ નિદીષ સ્નેહજીવનમાં ખલનાયકની વિક્ષેપકર ભાગ ભજવે છે તેની સ્પષ્ટતા લાધતી નથી. કાન્તે આ બધા ખંડકાવ્યો દ્વારા વ્યક્તિની પ્રાકૃતિક મથામણો સામે જે તાંત્રિક જડતાની દીવાલો છે તેની ભેંકારતા બતાવી આપે છે. આપણા વિવેચક ઈશ્વરલાલ દવેએ લખ્યું : "કાન્ત એટલે ખંડકાવ્ય અને ખંડકાવ્ય એટલે કાન્ત" કાન્તે ગુજરાતી કવિતાને ખંડકાવ્યના અભિનય સ્વરૂપથી સમૃદ્ધ કરી છે. તેવી જ રીતે કેટલાક સુંદર ઊર્મિકાવ્યોથી પણ ગુજરાતી કવિતાને સમૃદ્ધ કરી છે. 'સાગર અને શશી' તેમનું શ્રેષ્ઠ ઊર્મિકાવ્ય છે તેના માટે નિરંજન ભગત લખે છે, "ગુજરાતી ભાષાનું સર્વોત્તમ અદ્વિતિય સંગીત કાવ્ય છે." ગુજરાતી સાહિત્યના દસ શ્રેષ્ઠ કાવ્યોમાંનું એક ગણાયું છે 'સાગર અને શશી' એના લયનો કેફ, શબ્દોનું સંગીત અને એમાંથી પ્રગટ થતો ભાવસભર અથીૉદય એ ચંદ્રોદયને નિમિત બનાવતું કાવ્ય છે. નરસિંહ મહેતાનો પ્રિય છંદ ઝૂલણા છે. તેમના લગભગ બધા પ્રભાતિયા ઝૂલણા છંદમાં છે. ઝૂલણાનો લય પ્રસન્નતાને ઘૂંટે છે. ઝૂલણા છંદનો ઉપયોગ કાન્તે માત્ર આ કાવ્ય પુરતો જ કર્યો છે. આ કાવ્ય ઈશ્વરભક્તિના પ્રેરક સ્વરૂપે આવે છે. તેનો રસાસ્વાદ કરીએ.

આજ, મહારાજ ! જલ પર ઉદય જોઈને
ચંદ્રનો હૃદયમાં હર્ષ જામે
સ્નેહઘન, કુસુમવન, વિમલ, પરિમલ ગહન
નિજ ગગન માંહી ઉત્કર્ષ પામે
પિતા કાલના સર્વ સંતાપ શામે
નવલ રસ ધવલ તવ નેત્ર સામે
પિતા ! કાલના સર્વ સંતાપ શામે !

જીવનના સત્યને અથવા તો બીજી રીતે લઈએ તો ઈશ્વરને શોધતા શોધતા કોઈક ક્ષણે કાન્ત પ્રસન્નતાની ક્ષણોમાં આવી ગયા હોય તેની

સાક્ષી આ કાવ્યમાં અનુભવાય છે. કોઈક સુખદૃક્ષણે ઈશ્વરની અનુભૂતિ કવિ પ્રસન્ન ચિત્તે માણી રહ્યા છે. આપણા જીવનમાં પણ કોઈક પળે એવી પ્રસન્નતા વ્યાપી જાય છે કે, આપણે બધા જ સંતાપ ભૂલી જઈને પતંગિયાની જેમ હલવાફૂલ થઈને ઉડવા માંડીએ છીએ. બધું ભૂલીને ભૂલાયેલા સ્વજનને ફોન કરવા મન અધીરુ બને છે એવો પરમ આનંદ અહીં વ્યાપી ગયો છે. મન ખુશ તો આખી સૃષ્ટિ ખુશ. આજ મહારાજ ! એ ઈન્દ્રને સંબોધન છે. બહારના ચંદ્રોદયથી અંતરનું નેત્ર પણ ખુલી ગયું છે અને અજ્ઞાત પ્રતિ મંડાઈ પણ ગયું છે. પરમ સખા પરમેશ્વરને સંબોધીને ધન્યતાની લાગણી અનુભવતા કવિ પ્રકૃતિનું અદભૂત વર્ણન કરે છે. કવિને આનંદ ધન બન્યો છે તેનું નિમિત પ્રકૃતિ બની છે. કવિના હર્ષની જેમ ઈશ્વરનો સ્નેહ પણ ધન છે અને તેના નિર્મળ અને ગહન સ્નેહની સુગંધનું પુષ્પ આંતરમનમાં (નિજગગન) ખીલી ઉઠ્યું છે અને અત્યાર સુધી મહારાજ બનીને દૂર બેઠેલો પરમેશ્વર પિતા બનીને કવિની સમીપ ચાલે છે. પ્રભુ સાથે નિકટતા અનુભવતા સંબોધન બદલાઈને પિતા થાય છે. પિતાનું સંબોધન કવિની ખ્રિસ્તીધર્મ પ્રત્યે આસ્થા અને Bibleના અભ્યાસની પણ અસર બતાવે છે. પિતાના સાનિધ્યથી બદલાયેલી કવિ દ્રષ્ટિ ચંદ્રને પિતાના નેત્ર સમુ ભાસે છે જે સર્વ સંતાપ, ચિંતા, શોક, ભૂલાવીને વહાલથી શીતળતા બક્ષી રહ્યો છે. પરમેશ્વર સાથેના તારા મૈત્રકની અનુભૂતિ છે.

જલધિજલદલ ઉપર દામિની દમકતી
યામિની વ્યોમસર માંહી સરતી
કામિની કોકિલા કેલિ કૂજન કરે,
સાગરે ભાસતી ભવ્ય ભરતી.
પિતા ! સૃષ્ટિ સારી સમુલ્લાસ ધરતી !
તરલ તરણીસમી સરલ તરતી !
પિતા ! સૃષ્ટિ સારી સમુલ્લાસ ધરતી !

આંખો બંધ કરીને મગ્ન બની ગયેલા કવિ જ્યારે આંખ ખોલે છે ત્યારે બાહ્ય સૃષ્ટિમાં પણ પ્રસન્નતા વ્યાપેલી જુએ છે. કવિની બદલાયેલી દ્રષ્ટિનો આ પ્રભાવ છે. કવિને સમુદ્રનું પણ એક વિરાટ પુષ્પમાં રૂપાંતર

પામેલું દેખાય છે. સમુદ્રના તરંગો જાણે ખીલેલી પાંદડીઓ છે જેના પર ચન્દ્રની જ્યોત્સના વીજળી થઈને ચમકી રહી છે. રાત્રી પણ આકાશરૂપી સરોવરમાં સરકી રહી છે. વાતાવરણમાં એક પ્રકારની ચંચળ શાંતિ છે. (Romantic) કામીની (માદા) કોકિલાનો કલરવ રાત્રીની આ નિરવતાને છંછેડે છે. ચારે બાજુ યુગલોનું સામ્રાજ્ય છે. એ સમયે કામીની કોકિલા કલરવ કરીને નર કોયલને સાદ કરે છે અને વાતાવરણમાં માદકતાને રંગ ભળે છે. પૂર્ણકળાએ ખીલેલી ચંદ્રની ચાંદનીમાં સાગરની ભરતી પણ હિલોળે ચડી છે અને ભવ્ય લાગી રહી છે. અહીં કવિતા નવો અર્થ પામે છે. આનંદમય પરિવેશમાં તરત સૃષ્ટિ જ્યારે ઉલ્લાસ અને પ્રસન્નતાથી ધબકી રહી છે ત્યારે ઈશ્વરની જ સૃષ્ટિને (સૌંદર્યમયી-લાવણ્યમયી) ઈશ્વરના ચરણે ધરતા કવિ બાળ સહજભાવે પિતાની હૂંફમાં સમર્પિત થઈને મૈત્રીભણી ગતિ કરે છે. કાવ્યમાં તેમના પુનરાવર્તન પામતા વાક્યો ચોટદાર અસર ઉપજાવે છે. પૂર્ણિમાના ચંદ્રની સૌમ્યતા અને સાગરની ભરતીની ભવ્યતાના સમન્વયે, પરમાત્માની પૂર્ણકળાના યોગે અંતરમાંથી સ્ફુરતા પ્રસન્ન ચિત્તની આ તેજોમય પદાવલી છે. આખું કાવ્ય સ્વથી સમસ્ત સુધી વિસ્તરતા અને મુક્તપણે ઉછળતા કવિના ચૈતન્ય સાગરની આધ્યાત્મક દર્શન કરાવતું આ કાવ્ય છે. પ્રથમ પંક્તિમાં "નિજ ગગન માંદી ઉત્કર્ષ પામે" હૃદયમાંથી સ્ફૂરીને, છેલ્લી પંક્તિમાં સૌંદર્યદર્શનના અંતે સમુલ્લસિત સૃષ્ટિને 'તરલ તરણી સમી સરલ સરતી' કલ્પનામાં બ્રહ્માંડનું દર્શન કરાવી દીધું છે.

ક્ષણના સાક્ષાત્કારની આ કવિતા છે. આવી પ્રસન્નતાની ક્ષણોની કવિતા કરતા આપણને કાન્ત પાસેથી વેદનામય ક્ષણોની કવિતા વધારે મળે છે. આપણને સૌ ને અનુભવ છે કે પ્રસન્નતાની મતલબ પરમ આનંદની ક્ષણો આપણને જીવનમાં ઓછી જ લાગે છે. પ્રસન્નતાની ક્ષણોમાં માનવી બધું જ ભૂલી જાય છે. એવી જ એક પ્રસન્ન ક્ષણનો આ સાક્ષાત્કાર છે.

(વિષય : છાંદસ કાવ્યોના સંદર્ભે આપેલું વક્તવ્ય)

10
અગનપંખ

આત્મકથા એટલે જીવનચરિત્ર. આત્મકથાનું મૂળ ખ્રિસ્તી ધર્મના કન્ફેશન પરથી ઉતરી આવ્યું છે. ખ્રિસ્તી ધર્મમાં પાપની કબુલાત કરવાની એક પરંપરા પ્રમાણે પાંચમી સદીમાં સેન્ટ અગસ્ટાઈને પોતાના કન્ફેશન્સ પુસ્તકરુપે રજુ કર્યા ત્યારથી આત્મકથાનો ઉદભવ થયો છે. પ્રાચીન ભારતીય સાહિત્યમાં ભર્તૃહરિએ નિજગુણ કથનને ઘોર પાપ કહ્યું છે એટલે આપણે ત્યાં ગુજરાતી સાહિત્યમાં આત્મકથા પશ્ચિમના સંપર્ક પછી આવી છે.

ડૉ.એ.પી.જે. અબ્દુલકલામની આત્મકથા બે ભાગમાં વહેંચાયેલી છે. પ્રથમ લખાયેલી 'Wings of Fire' 13 ભાષાઓમાં અંગ્રેજીમાંથી અનુવાદિત થયેલી છે. તેનો ગુજરાતી અનુવાદ શ્રી હરીશ ધોળકિયાએ કરેલો છે, જેનું શિર્ષક છે 'અગનપંખ'. 175 પાનાનું આ પુસ્તક 'ગુર્જર' દ્વારા પ્રકાશિત થયું છે, જેમાં 1991 સુધીનો સમયગાળો સમાવિષ્ટ છે. તેમાં કલામના જીવનકાળના બાળપણથી લઈને 60 વર્ષ સુધીના સ્મરણો આવરી લેવાયા છે. બીજો ભાગ 'Turning Point'નો ગુજરાતી અનુવાદ 'બદલાવની દિશાઓ' શ્રી આદિત્ય વાસુએ કરેલો છે, જેનું પ્રકાશન નવભારત સાહિત્ય મંદિરે કરેલું છે. આ પુસ્તકના 160 પાના છે. આ આત્મકથાના પુરોવચનમાં તેમણે જણાવ્યું છે કે, પોતે નિસરણીના સૌથી નીચેના પગથીએથી જીવનની શરૂઆત કરીને

પહેલી નોકરી સિનિયર સાયન્ટિફિક આસીસ્ટન્ટથી શરૂ કરી છે અને ધીમે ધીમે મોટીને મોટી જવાબદારી સ્વીકારતા ગયા અને છેલ્લી રાષ્ટ્રપતિના હોદ્દા સુધી પહોંચ્યા ત્યાં સુધીમાં ઘણું બન્યું છે જે કોઈ પણ વ્યક્તિને પોતાના જીવનમાં બહેતર બદલાવ લાવવા માટે પ્રેરણારૂપ બની શકે. 'અગનપંખ' અબ્દુલ કલામે અરુણ તિવારી સાથે કરેલી વાતચીતના આધારે તૈયાર થયેલી જીવનકથા છે. આ સ્વકથિત સ્વજીવન છે. ડૉ.કલામની આ કથા ભારતના સામાન્ય લોકો માટે લખાઈ છે. તેમનામાં સામાન્ય લોકો સાથે તાદાત્મ્ય અનુભવવાની એક આંતરપ્રજ્ઞા છે. જે તેમની પોતાની સાદાઈ અને અંતર-આધ્યાત્મિકતાની નિશાની છે. કથાના અંતમાં કલામે લખ્યું છે, 'જીવન તો આગળ ચાલ્યું જ જશે. આપણે જો નેવું કરોડ લોકોના સંગઠિત દેશ તરીકે વિચારીશું તો આ મહાન દેશ બધા ક્ષેત્રોમાં હરણફાળ ભરશે. પોતાની આ કથા તેમનાથી જ પૂરી થશે કારણ કે "દુન્યવી સંબંધમાં મારો કોઈ વારસ નથી. મેં કશું એકઠું કર્યું નથી, મેળવ્યું નથી, બાંધ્યું નથી. નથી કુટુંબ, પુત્રો કે પુત્રીઓ."

'અગનખંડ' ત્રણ ખંડોમાં વહેચાયેલી છે. પ્રથમ ખંડનું શિર્ષક "તૈયારી" છે, તેમાં તેમનું વતન, પ્રાથમિક-માધ્યમિક શિક્ષણ તેમજ કૉલેજ શિક્ષણના સ્થળો, તેમને PC (AIR)માંથી મળેલો નિમણૂક પત્ર, ત્યાંથી મુંબઈ અને ત્યાં INSCOPAR (The Indian Committee for Space Research)માં જોડાઈને થુમ્બામાં લૉંચિંગ સ્ટેશન ઉભુ કરવાના નિર્ણય સુધીની વાત છે. બીજા ખંડનું શિર્ષક 'સર્જન' છે, જેમાં ડૉ.કલામ LRC નાસામાં કામ શરૂ કરે છે અને થુમ્બા જેવી સંસ્થા કેવી રીતે વિકસે છે, 'અગ્નિ' અને 'રોહિણી'ના સર્જન કેવી રીતે થાય છે અને છેલ્લે ભારતીય રોકેટ સોસાયટી અને 'ઈસરો'ની સ્થાપના સુધીની વિગતો છે. ત્રીજો ખંડ 'પરિણામ' છે, જેમાં તેમણે કરેલા સંઘર્ષ તેમજ સાથીઓનું યોગદાન અને ટેકનોલોજિના વિકાસની કથા છે. તેમની આત્મકથામાં સ્વકેન્દ્રીયપણું જરાય નથી. આરંભથી માંડીને અંત સુધી સત્યકથન કરવામાં આવ્યું હોવાની રમણીય પ્રતિતી આપણને થાય છે. કલામની નિરુપણશૈલી અત્યંત સાદી અને સરળ છે. 'શીલ તેવી શૈલી' કથનનું પ્રતિપાદન આપણને 'અગનપંખ'માં જોવા મળે છે.

કલામનું આખું નામ અબુલ પાકિર જૈનુલબ્દીન અબ્દુલ કલામ છે. (પરદાદા-દાદા-પિતા-પોતે) તેમનો જન્મ તામિલનાડુ રાજ્યમાં આવેલા રામેશ્વર ગામે મધ્યમ વર્ગીય તમિલ કુટુંબમાં થયો હતો. પિતા પાસે ધન નહોતું પણ તેઓ જન્મજાત, સહજ અને ભરપુર ડહાપણ તથા ઉદાર ચિત્ત ધરાવતા હતા. રામેશ્વરમાં શંકરનું જે પ્રખ્યાત મંદિર છે જેના લીધે રામેશ્વર પવિત્રધામ કહેવાય છે તે મંદિર તેમના ઘરથી દસ મિનિટના અંતરે જ હતું. તેમનો મુસ્લિમ વિસ્તાર હતો છતાં ઘણાં હિંદુઓ રહેતા હતા. રામેશ્વર મંદિરના મુખ્ય પૂજારી પાક્ષી લક્ષ્મણ શાસ્ત્રી તેમના પિતાના ગાઢ મિત્ર હતા. કલામની મધુર સ્મૃતિમાં બંને મિત્રોનું પરંપરાગત વર્ણન ખૂબ સુંદર રીતે કરેલું છે. કલામે નોંધ્યું છે, "મારા પિતાની એક વિશિષ્ટતા એ હતી કે તેઓ ગમે તેવા કઠિન ધાર્મિક વિચારોને ખૂબ સરળ અને વ્યવહારુ તામિલમાં સમજાવી શકતા." એકવાર તેમણે કલામને કહેલું, "જ્યારે મુશ્કેલીઓ આવે ત્યારે આ પીડાઓનો સંદર્ભ સમજવાનો પ્રયત્ન કરવો જોઈએ. પ્રતિકૂળતા હંમેશાં આત્મ-ચિંતન માટે વિશાળ તકો પૂરી પાડે છે."

પિતા ઉપરાંત બાળપણમાં તેમને પ્રભાવિત કરનારા બે વ્યક્તિઓનો ઉલ્લેખ છે. પહેલા જલાલુદ્દીન જે હંમેશા કલામને 'આઝાદ' કહેતા અને તેમનાથી પંદર વર્ષ મોટા હોવા છતાં બંને ગાઢ મિત્રો હતા. કલામ લખે છે તેઓ બંને દરરોજ લાંબે સુધી ફરવા જતા અને અધ્યાત્મિક વિષયો પર જ વાત કરતા. તેમનું પ્રથમ રોકાણ ભગવાન શંકરના વિશાળ મંદિર પાસે જ થતું. દેશના દૂર દૂરના ભાગોમાંથી આવતા યાત્રાળુઓ જે રીતે મંદિરની પ્રદક્ષિણા કરતા એ જ શ્રદ્ધાથી આ બંને જણ પણ ફરતા. ધર્મનો ભેદ અહીં ઓગળી ગયો છે, જેની અનુભૂતિ આપણને બે-ત્રણવાર થાય છે. જલાલુદ્દીન માટે કલામે ઘણો ઊંચો ભાવ પ્રગટ કર્યો છે. એમની વાતો સાંભળી કલામને તેમનો ખુદા સાથે વિશિષ્ટ સંપર્ક હોય તેમ લાગતું. સમગ્ર ટાપુના વિસ્તારમાં અંગ્રેજી લખી શકે તેવા એકમાત્ર વ્યક્તિ હતા. તેમને પ્રભાવિત કરવામાં બીજી વ્યક્તિ તેમના પિતરાઈ સમશુદ્દીન હતા. તેઓ રામેશ્વરમાં વર્તમાન પત્રોના મુખ્ય વિક્રેતા હતા. સમશુદ્દીનની છાપાની એજન્સી રામેશ્વરમના લગભગ

હજારેક જેટલા ખૂબ જ શિક્ષિત લોકોની વાચનભૂખને સંતોષનાર 'એક વ્યક્તિસંસ્થા' જેવી હતી. તેમના મદદનીશ તરીકે તેમને કામ કરવાની તક મળી તેનું ગૌરવ 50 વર્ષ પછી પણ આ પુસ્તક લખતા અનુભવી શકે છે. પોતાના વ્યક્તિત્વના વિકાસમાં ખૂબ જ નિખાલસ રીતે પોતાના સ્વજનોની પ્રેરણાના યોગદાનને સ્વીકારે છે અને લખે છે કે પિતાની પ્રમાણિકતા, માતાની ભલાઈ અને જલાલુદ્દીન અને સમશુદ્દીને તેમના ઘડતરમાં આપેલા યોગદાનના કારણે તેમનામાં સર્જનાત્મકતા પ્રગટી હતી.

કલામે બાળપણના ત્રણ મિત્રો વિશે પણ વાત કરી છે. આ ત્રણ મિત્રો રૂઢિયુસ્ત હિંદુ બ્રાહ્મણ કુટુંબોમાંથી આવતા હતા. તે સમયનો એક ખૂબ સુંદર પ્રસંગ તેમણે નોંધ્યો છે. જ્યારે તેઓ શાળામાં અભ્યાસ કરતા હતા ત્યારે એક દિવસ નવા શિક્ષક તેમના વર્ગમાં આવે છે. તે સમયે કલામ ટોપી પહેરતા હતા જેના કારણે મુસ્લિમ તરીકે ઓળખાતા. પણ હંમેશા પ્રથમ બાંકડે તેમના મિત્ર રામાનંદ શાસ્ત્રી સાથે જ બેસતા જે મંદિરના મુખ્ય પૂજારી પાક્ષી લક્ષ્મણશાસ્ત્રોનો પુત્ર હતો. આ નવા શિક્ષક હિન્દુ પૂજારીના દીકરાને મુસલમાન છોકરા સાથે બેઠેલો નથી જોઈ શકતા એટલે કલામને છેલ્લી પાટલી પર જઈને બેસવાની આજ્ઞા કરે છે. પોતે તો ઉદાસ થઈ જ જાય છે પણ રામાનંદ શાસ્ત્રીની રડતી છબી તેમના મન પર અમીટ છાપ મૂકતી જાય છે. સમાન ભાવનો ઉલ્લેખ તેમણે ખૂબ સુંદર રીતે આગળ પણ કર્યો છે. પોતે તો ઉદાર ચિત્ત છે જ પણ જેમણે પણ તેમને એક વ્યક્તિ તરીકેનું માન મુસલમાન ગણ્યા વગર આપ્યું છે તેમને કલામે યાદ કરીને એક ઊંચાઈ બક્ષી છે. વધુ અભ્યાસ માટે કલામ જ્યારે રામેશ્વરમ છોડીને જિલ્લામથક રામનાથપુરમ સ્વાર્ટઝ હાઈસ્કૂલમાં ભણવા જાય છે ત્યાં તેમને સોલોમન જેવા ઉત્તમ શિક્ષક મળે છે જ પાછળથી પાદરી થઈ ગયા હોય છે. કલામ નોંધે છે. ઈયાદુરાઈ સોલોમન મહાન શિક્ષક હતા. બધા જ બાળકોમાં આત્મગૌરવનું સિંચન કરતાં. તેમણે કલામને કહ્યું હતું, "તું ઈચ્છે તે થઈ શકે છે. શ્રદ્ધા રાખીશ તો તું તારા નસીબને બદલી શકીશ." તેમણે જીવનના પથ પર આવતા તમામ માર્ગદર્શકોને સન્માન આપ્યું છે. જ્યારે MITમાં (મદ્રાસ ઈન્સ્ટીટ્યુટ ઓફ

ટેકનોલોજી)માં પ્રવેશ મેળવી એરોનોટિકલ (ઉડ્ડયન-વિજ્ઞાનશાળા) વિષય પસંદ કરીને પોતાની વ્યવસાયિક કારકિર્દીના વિકાસનું શ્રેય એમ.આઈ.ટી.ના ત્રણ પ્રોફેસર પ્રો.સ્પોન્ડર, પ્રો.કે.વી.પાંડલાઈ અને પ્રો.નરસિંહરાવને આપે છે.

શૈશવ અને કિશોરાવસ્થામાં મળેલા આધ્યાત્મિક ધાર્મિક વાતાવરણમાંથી એ વિજ્ઞાન જગતમાં પ્રવેશ્યા. વિજ્ઞાન જગતનો પ્રબળ પ્રભાવ છતાં તેમને આધ્યાત્મ પ્રત્યે શ્રદ્ધા ડગી નહિ. હિંદુ-મુસ્લિમની ધર્મશ્રદ્ધા અને આધ્યાત્મિકતાના ઊંડા સંસ્કાર સમક્ષ વિજ્ઞાન આવ્યું ત્યારે તેમની શ્રદ્ધા ત્રણે બાબતોમાં દ્રઢ થઈ.

કારકિર્દીના પ્રારંભમાં કલામ સમક્ષ બે માર્ગ હતા. પહેલું હવાઈ દળ જે તેમના બાળપણના ઉંચા ઉડવાના સ્વપ્ન સાથે જોડાયેલું હતું. બીજું સંરક્ષણખાતાનું ટેકનીકલ ડેવલપમેન્ટ એન્ડ પ્રોડક્શન. હવાઈદળનો ઈન્ટરવ્યુ આપવા તે દહેરાદ્દન ગયા. સંરક્ષણખાતાનો ઈન્ટરવ્યુ દિલ્હી આપીને પછી દહેરાદ્દન ગયા. ત્યાં બુદ્ધિ કરતા વ્યક્તિત્વ પર ભાર મૂકવામાં આવ્યો હતો તેવું કલામને લાગ્યું છે. એરફોર્સ માટે 25માંથી 8 જણ લેવાના હતા તેમાં તેમનો 9મો નંબર આવ્યો. કલામ નિરાશ થઈ જાય છે. ઉદાસ ચિત્તે ઋષિકેશ આવે છે. શિવાનંદ આશ્રમના સ્વામીજીને મળે છે. પોતાનું નામ કહે છે પણ સ્વામીજીના મુખ પર ભાવ બદલાતા નથી. તેઓ સુંદર શબ્દોમાં સાંત્વન આપે છે અને છેલ્લે કહે છે, "તારી નિયતિનો સ્વીકાર કર અને જીવનમાં આગળ વધ."

સ્વામીજીના વચનોમાંથી હળવા થઈને પાછા ફરે છે ત્યારે જ તેમને નિમણૂક પત્ર મળે છે. બીજા જ દિવસથી નિયતીનો સ્વીકાર કરીને 1958માં સિનિયર સાયન્ટિફીક આસિસ્ટન્ટ તરીકે જોડાય છે. નોકરીના પ્રથમ વર્ષ દરમિયાન તેમણે સુપરસોનિક એરક્રાફ્ટની ડીઝાઈન તૈયાર કરી. તેમાં તેમને ઘણી પ્રશંસા થઈ. પછી તેમને 'ડાર્ટ ટાર્ગેટ'ની ડિઝાઈન ટીમમાં સામેલ કરવામાં આવ્યા. એક પછી એક કામ હાથમાં લેતા લેતા તેમને ત્રણ વર્ષ થયા. તે દરમિયાન બેંગ્લોરમાં "એરોનોટિકલ ડેવલપમેન્ટ એસ્ટાબ્લીશમેન્ટ"ની સ્થાપના થાય છે

અને કલામને બેંગ્લોર જવાનું થાય છે. બેંગ્લોરનું એમણે વર્ણન કર્યું છે અને નોંધ્યું છે તેઓ રામેશ્વરની શાંતિ અને ઉડાણ ઝંખતા હતા.

બેંગ્લોરમાં એમને ગ્રાઉન્ડ ઈક્વીપમેન્ટ મશીન તરીકે હોવરક્રાફ્ટ પ્રોટોટાઈપની ડીઝાઈન બનાવવાની હતી. ફ્લાઈંગ મશીન કરતાં જુદું પાંખ વગરનું હળવું ઝડપી મશીન નિર્માણ કરવાનું હતું અને તેના માટે તેમની ટીમના કોઈપણ સભ્ય પાસે ન તો અનુભવ હતો, ન તો ડીઝાઈન હતી, ન તો પ્રમાણભૂત પૂર્જા. છેવટે કલામે પોતાની જ રીતે કામ શરૂ કર્યું. થોડા મહિના ડ્રોઈંગબોર્ડ પર કામ કરી સીધા હાર્ડવેર બનાવવાના કામમાં મચી પડ્યા. આ કામ કરતાં તેઓ શિખ્યા કે એક વખત આપણું મન નવા સ્તરે ઉર્ધ્વગતિ કરે છે પછી તેના મૂળ સ્તરે કદી પાછું ઉતરતું નથી. તેમ તેના મૂળ સ્તરે કદી પાછું ઉતરતું નથી. તેમના સીનીયરો તેમની ઉપેક્ષા કરતા કે આ ગામડાનો માણસ શું કરી શકવાનો? સ્વદેશી વાહન ચાલે જ કેવી રીતે ? છતાં પણ તેઓ હોવરક્રાફ્ટ બનાવીને જ જંપ્યા અને નામ આપ્યું "નંદી". તે સમયના સંરક્ષણ પ્રધાન શ્રી વી.કે.કૃષ્ણમેનનને તેમણે પોતે જ ઉડ્ડયન કરાવ્યું.

અઠવાડિયા પછી તેમને The Indian Committee for Space Research (INCOSPAR) તરફથી રોકેટ એન્જીનીયરની પોસ્ટ માટે ઈન્ટરવ્યુ કોલ મળ્યો. તેઓ મુંબઈ ઈન્ટરવ્યુ આપવા ગયા. તેમનો ઈન્ટરવ્યુ ડૉ.વિક્રમ સારાભાઈ, એમ.જી.કે.મેનન અને એટમિક એનજી કમિશનના નાયબ સચિવ શ્રી શરાફ એમ ત્રણ જણે લીધો. બીજા જ દિવસે તેમને પસંદગી વિશે જણાવી દેવામાં આવ્યું અને સંસ્થામાં તેમણે કામ શરૂ કર્યું. 1962ના ઉત્તરાર્ધમાં ત્રિવેન્દ્રમ પાસે આવેલા થુમ્બા ગામમાં વિષુવવૃત્તિય રોકેટ લોન્ચીંગ સ્ટેશન ઉભુ કરવાનો નિર્ણય લેવામાં આવ્યો અને કલામને છ મહિના માટે તાલિમ લેવા અમેરિકા જવાનું કહેવામાં આવ્યું.

ભારતીય અવકાશ યાત્રાની શરૂઆત 'રોહિણી' સાઉન્ડીંગ રોકેટથી થઈ. પછી તો કલામની ક્ષમતા જોઈને ડૉ.વિક્રમ સારાભાઈ એમને એક પછી એક નવું કામ સોંપતા ગયા અને કલામ સફળતાથી પાર પાડતા

ગયા. ધીમે ધીમે સ્વાવલંબન વધતું ગયું. ભારતના સર્વશ્રેષ્ઠ ઉપગ્રહને તરતો મુકવામાં આવ્યો. ભારતનો 'સ્પેસ ક્લબ'માં પ્રવેશ થયો. આ મહાન સિદ્ધિનો યશ કલામે ડૉ.વિક્રમ સારાભાઈને આપ્યો છે.

એક દિવસ મોડે સુધી કામ કર્યા પછી તેમણે લખ્યું છે, "એ હાથ સુંદર છે જે આખો દિવસ પળે પળ હિંમત માંગે તેવું સાચું અને ઉત્સાહી કામ કરે છે." તેઓ આગળ કહે છે, "ચોરસ કાણામાં ગોળ ખીલો બરાબર ના બેસે તેવી રીતે પોતાના કાર્યમાં પૂરેપૂરા સંલગ્ન ના થઈએ તો નિષ્ફળતા મળે છે." કલામ કહે છે વિજ્ઞાનની શોધખોળો અત્યંત આનંદ અને અત્યંત નિરાશાનો સમન્વય છે. જ્યારે તેમને નિષ્ફળતા મળી હતી ત્યારે વર્તમાન પત્રોએ ટીકા-ટીપ્પણી અને વ્યંગચિત્રો પ્રગટ કરવામાં પાછુ વાળીને જોયું ન હતું. છતાં તેમણે પોતાનું કામ ચાલુ રાખ્યું હતું. તેઓ માનતા હતા કે "નિષ્ફળતાના ગર્ભમાં વધારે શીખવાના બીજ પડ્યા છે."

કામ પાર પાડવા માટે કાયદાએ આપેલી સત્તાનો ઉપયોગ કરવો, સાથી સહાયક વૈજ્ઞાનિકો પાસેથી કડક હાથે કામ લેવું તેમને પસંદ નહોતું. પરસ્પર સહકારથી જ કાર્ય સિદ્ધ થાય છે એમ કહેતા અને ટીમવર્કને મહત્વ આપતા. તેમની નોંધપોથીમાં તેમણે નોંધ્યું છે, "સમયના રેતપટ પર તમે તમારા પગલાંની છાપ મૂકી જવા ઈચ્છતા હો તો તમારા પગ ઘસડશો નહિં." સદભાવ અને સખત પરિશ્રમની પ્રેરણા આપતી આત્મકથા 'અગનપંખ' પછી બીજો ભાગ 'ટર્નિંગ પોઈન્ટ' છે, જેમાં રાષ્ટ્રપતિપદ મેળવ્યા પછીના પ્રસંગો અને સ્મરણો છે. કલામને મળેલા પદ્મભૂષણ (1981), પદ્મવિભૂષણ (1990), ભારત રત્ન (1997) સન્માનોથી અધિક સન્માન પ્રજાએ આપેલું 'પ્રજાના રાષ્ટ્રપતિ'નું બિરુદ શિરમોર છે. પોતાના કાર્યોની સુવાસથી "આદર્શ ભારતીય રાષ્ટ્રપતિ" બની રહ્યા અને "પ્રજાના રાષ્ટ્રપતિ" તરીકે ઝળક્યા. એમનું નામ સુવર્ણાક્ષરે લખાયું. 27મી જૂલાઈ, 2015માં તેમનું અવસાન થયું.

(આત્મકથા વિષયના સંદર્ભે પસંદ કરેલ કૃતિ, વક્તવ્ય માટે)

11

ઈઝાબેલા

દીર્ઘ કાવ્યોને વૃત્તાંત કાવ્ય કહેવાય છે એની શરૂઆત સદીઓ જૂની કહી શકાય. આદિકાળથી ઉત્સવો તો હતા જ અને એની ઉજવણી આનંદ-ઉલ્લાસથી થતી. રાજાના વંશની કથાઓ, કોઈના શૌર્યની કથાઓ અથવા કુરબાનીની કથાઓ સંગીત અને લયમાં ગવાતી. આ પ્રણાલીમાં સમય જતા સુધારા-વધારા થતા ગયા અને વૃત્તાંત કાવ્યો માટે ઉત્કૃષ્ટ સામગ્રી બનતી ગઈ. દરેક દેશ પાસે પોતાની સંસ્કૃતિની ગાથા કરતી ઉત્તમ વૃત્તાંત કથાઓ છે. ભારત પાસે 'રામાયણ' અને 'મહાભારત' છે.ગ્રીસ પાસે 'ઈલીટાડ' અને 'ઓડિસ' અને ઈગ્લેન્ડ પાસે 'પેરેડાઈઝ લોસ્ટ' છે. આ મહાકાવ્યોમાંથી પ્રેરણા લઈને અલગ-અલગ વૃત્તાંત કાવ્યો રચાયા છે.

ગુજરાતી સાહિત્યમાં કાવ્યોમાં વૃત્તાંત કાવ્ય તરીકે ભાત પાડવી જરા અઘરી છે. કવિના સમગ્ર કાવ્ય સર્જનમાં અમુક કાવ્ય અથવા કાવ્યો જેની રચના કોઈ એક કથાને કેન્દ્રમાં રાખીને લંબાણથી કરી હોય તેને આપણે વૃત્તાંત કાવ્ય તરીકે પસંદ કરી શકીએ છીએ, વિનોદ જોષીનું 'સૈરન્ધી' વૃત્તાંત કાવ્યમાં આવે છે.

'A thing of beauty is a joy forever' અર્થાત 'આનંદનો ચિરંતન સ્રોત સૌંદર્ય છે' એમ કહેનાર કીટસની કવિતાએ અકલ્પ્ય વિકાસ સાધી

૨૬ વર્ષની અલ્પઆયુમાં ચમત્કાર સજર્યો છે. મેથ્યુ આર્નલ્ડ જેવા વિવેચકે કીટ્સની કવિતાનું મૂલ્યાંકન કરી તેનું સ્થાન શેક્સપીયરની મહાન કક્ષાનું ગણ્યું છે. કીટ્સના પિતા થોમસ કિટ્સ એક સામાન્ય અશ્વપાલક હતા. તેમનું મૃત્યુ અશ્વ પરથી ફેંકાઈ જવાથી થયું હતું ત્યારે કિટ્સની ઉપર ૧૦ વર્ષની હતી. નાનપણમાં લંડનથી ૧૦ માઈલ દૂર આવેલ એનફિલ્ડ શાળાના આચાર્ય જ્હોન કલાર્ક પાસે તેમણે સાહિત્યનું શિક્ષણ લીધું હતું. કીટસે તબીબી વ્યવસાય માટે હોસ્પિટલમાં પાંચ વર્ષ અભ્યાસ કરીને તબીબ તરીકેની ક્ષમતા કેળવી લીધી હતી. પણ તબીબી વ્યવસાયના વિદ્યાર્થી તરીકે લેટિન ડીક્ષનરીનો ઉપયોગ કરતા કરતા ડીક્ષનરીમા આવતા દેવદેવીઓના પૌરાણિક કથાનકોએ તેમની કલ્પના ઉત્તેજિત કરી અને એકવીસ વર્ષની વયે નિર્ણય લીધો કે તે તબીબી વ્યવસાયમાં નહિ જાય. તેમણે સ્પષ્ટ જણાવ્યું કે 'I do not intend to be a surgcon I mean to rely upon my abilities as a poet." એમણે સ્વયં કહ્યું હતું કે કવિતા વિનાના મારા અસ્તીત્વને હું કલ્પી શકતો નથી.

કિટ્સ રોમાન્ટિક કવિતાના કવિ ગણાય છે. કિટ્સને સૌંદર્યપાસના સિવાયનો બીજો ધર્મ કદી ખપ્યો નથી. તે હંમેશા ગ્રામીણ નિસર્ગદેવનો ઉપાસક રહ્યા છે. કિટ્સ તેના સ્વપ્નિલ વિશ્વમાં જઈને એકાંત સૌંદર્યવિશ્વને સર્જવા ગ્રીક સંસ્કૃતિ, જીવન અને સાહિત્ય તથા મધ્યકાલિન રોમાંચ કથાઓ, દંતકથાઓનું પરિશિલન કરે છે. કિટ્સ ને જે કાંઈ ઉમદા અને સુંદર ભાસ્યુ છે. તેમાંથી તેમણે ઉદારવૃત્તિથી પોતાની કવિતામાં સમાવી લીધું છે. ગ્રીક સંસ્કૃતિમાંથી માનવ મહાત્મ્ય અને સૌંદર્યપાસના, સ્પેન્સરના 'ફેરી ક્વીન' રૂપકાત્મક કાવ્યમાંથી પરીઓની જાદ્દઈ દુનિયા, મધ્ય યુગીન રોમાંચ કથાઓમાંથી સ્રીદાક્ષિણ્ય, મિલ્ટનમાંથી માનવીય આદર્શવાદ અને શેક્સપીયરમાંથી વિશ્વના વિસ્મય અને ઉલ્લાસ ગ્રહણ કર્યા છે.

ગુજરાતી કવિતાના સાહિત્યના ઈતિહાસમાં પણ કિટ્સનું સ્થાન વિશિષ્ટ છે. ઈન્ગ્લેન્ડના રોમેન્ટિ યુગની ત્રિપુટી શૈલી, વર્ડઝવર્થ અને કિટ્સની ઊંડી અસર આપણા નવ-ઉત્થાનના કવિઓ નર્મદ અને

નરસિંહરાવ પર દેખીતી વર્તાય છે. આ અસરતળે ગુજરાતી કવિતામાં નવીન વિષયો અને કાવ્યરૂપો, સોનેટ વગેરે આવ્યા. આત્મલક્ષી કાવ્ય-કૃતિઓ રચાઈ-જીવન ફિલસૂફી, નિસર્ગ અને સમાજ વિશેના અભિગમો બદલાયા નવું સૌંદર્યદર્શન આવ્યું કિટ્સની કવિતાની પ્રમુખ અસર ખાસ તો નરસિંહરાવ દિવેટીયા, કલાપી અને કાન્ત પર છે.

૨૩મી ફેબ્રુઆરી ૧૮૨૧ના દિવસે માત્ર ૨૫ વર્ષ અને ૪ માસની વયે મૃત્યુ પામેલા કિટ્સનો યુગ અંગ્રેજી ઈતિહાસમાં રિજન્સી યુગ તરીકે ઓળખાય છે. કિટ્સનું કાવ્ય વિશ્વ ઘણું સમૃધ્ધ છે. તેમણે ૬૪ સોનેટનું સર્જન કર્યું છે. તેમના કાવ્યો સાહિત્ય જગતમાં વિશિષ્ટ સ્થાન ધરાવે છે. તેમેણે ત્રણ વૃત્તાંત કાવ્યો આપ્યા છે. (૧) ઈઝાબેલા (૨) ઈવ ઓફ સેન્ટ એગ્નીસ (૩) લેમિયા.'ઈઝાબેલા' તેમનું પ્રથમ વૃત્તાંત કાવ્ય છે. 'ઈઝાબેલા'નું કથાનક મધ્યયુગીન ઈટાલિયન સાહિત્યકાર બોકાસિયોના 'ડેકામેરોન' પર આધારિત છે. 'ઈવ ઓફ સેન્ટ એગ્નિસ' અને 'લેમિયા' મધ્યયુગીન કથાતત્ત્વ છે. 'ઈવ ઓફ સેન્ટ એગ્નિસ' અને 'લેમિયા' મધ્યયુગીન કથાતત્ત્વ છે.

'ઈઝાબેલા' કાવ્યનું આખું નામ છે. "Isabella or The Pot of Basil" બંને શિર્ષક સૂચક છે. પહેલું ઈઝાબેલા એ કાવ્યની નાયિકાનું નામ છે અને 'ધ પોટ ઓફ બેસીલ" નાયિકાના જીવનમાં એના પ્રેમીની વિદાય પછી ઘણો અગત્યનો ભાગ ભજવે છે. કાવ્યનું કથાનક મધ્યયુગીન ઈટાલિયન કવિ બોકાશિયોના કાવ્ય 'ડેકામેરોન"પરથી લીધુ છે. બોકાશિયો (૧૩૧૩-૧૩૭૫) ઈટાલિયન નોવેલિસ્ટ, પોએટ અને હ્યુમનીસ્ટ હતા. તેમની શ્રેષ્ઠ કૃતિ 'ડેકામેરોન' ગણાય છે. 'ડેકામેરોન'ની નાયિકા લીસાબેટા છે પણ કિટ્સે વધુ સાંભળવું ગમે એવું મોહક નામ ઈઝાબેલા રાખ્યું છે. કાવ્યનો પહેલો ફકરો છે.

Fair Isabelle, Poor, Simple Isabelle
Lorenzo a young palmer in Love's eye!
They could not in the self-same mansion dwell

કાવ્યની શરૂઆતમાં જ ઈઝાબેલ માટે ત્રણ વિશેષણો કવિએ મૂકી દીધા છે. Fair, Poor and Simple. તે સુંદર હતી, સરળ હતી પણ એની સુંદરતા અને સરળતા એના જીવનમાં આવેલા કટોકટીના સમયમાં રક્ષા આપી શકયા નહિ. એનો ઉલ્લેખ શરૂઆતમાં જ કરી દીધો છે. પુઅર એન્ડ સીમ્પલ કહીને પછી એના પ્રેમી લોરેન્ઝોનો ઉલ્લેખ છે. Young Palmer પાલ્મર શબ્દ મધ્યકાલીન યુગમાં જ્યારે લોકો જાત્રાએ જતા ત્યારે પાલ્મ ટ્રીનું એક પાન લઈને પાછા આવતા અને પાલ્મર કહેવાતા. લોરેન્ઝોને પાલ્મર કહીને પ્રેમનો યાત્રી ગણાવ્યો છે. In Love's Eye. લોરેન્ઝો ઈઝાબેલાના ભાઈઓને ત્યાં નોકરી કરતો હતો એટલે ત્યાં આવતો હતો એટલે એક જ મેન્સનમાં હોવા છતાં એકબીજા સાથે બેસતા કે જમતા નહોતા. ફક્ત તેમના હૃદયના એકબીજાને જોઈને પ્રેમ અનુભવી શકતા હતા. રાત્રે નોકરી પતે એટલે લોરેન્ઝો ઘેર જતો રહેતો હતો, રહેતો નહોતો પણ બંને જણા પોતાના ઘેર રાત્રે એકબીજાના સ્વપ્નો જોતા હતા એમનો પ્રેમ દિવસે ના વધે એટલો રાત્રે વધતો હતો. Every Morning and Every evening ઈલાબેલા દરરોજ લોરેન્ઝો આવે એની રાહ જોતી. બારણું ખોલવા પગથીયા પાસે બસી રહેતી. અને સાંજે જ્યારે એ પ્રાર્થના કરવા જતી ત્યારે લોરેન્ઝો તેને છુપાઈને જોઈ રહેતો. પણ બંને જણા એકબીજાને કહી શકતા નથી. આખો મે મહિનો ગયો... જૂન ગયો એવા ઉલ્લેખછે. શરૂઆતના ૧૩ ફકરામાં ફક્ત પ્રેમનું જ વર્ણન છે. પ્રણય ગીત!

સમય પસાર થતો જાય છે પણ વિચારો જ કર્યા કરે છે. બંનેને સરખા જ વિચારો આવે છે. બંને જણ સરખો જ ડર અને પ્રેમ એકબીજા પ્રત્યે અનુભવે છે, જેને આપણે ટેલીપથી કહીએ છીએ. બેમાંથી એક પણ જણ પૂછી શકતુ નથી. એકને થાય છે એને મારા પ્રત્યે પ્રેમ નહિ હોય તો? બીજાને થાય છે કે એવું હોય તો પછી એને જોઈ પણ શકાય નહિ. એમના વિરહની દશા બતાવતી પંક્તિ સુંદર છે. હૃદયને સ્પર્શી જાય તેવા શબ્દો છે. પ્રેમમાં પડ્યા હોય અને હજુ એકરાર ના થયો હોય ત્યાં સુધી એમના હૃદયની વેદના આપણે અનુભવી શકીએ છીએ. લોરેન્ઝો પોતાના સ્ટેટસથી સંપૂર્ણપણે વાકેફ છે કે પોતે પ્રેમિકાના ઘરમાં એક

પગારદાર માણસ છે. પોતે પ્રેમ કરતો હોવા છતાં ય તે સમયના (મધ્યયુગીન) સંસ્કાર તેણે જાળવી રાખ્યા છે. એ એની પ્રેમિકા સાથે વાત કરવા માટે હિંમત એકઠી કરે છે. He Prepared himself.. જેમ જેમ કાવ્ય આગળ વધે છે તેમ તેમ બદલાતી જતી એની મનોદશા સુંદર રીતે વર્ણાવી છે. લાગણીઓની તીવ્રતા બતાવવા એટલી બધી કલ્પનાઓ કરી છે અને એક સાંજે extravagant fancy in extravagant language... He kissed her અને જાણે જૂનના તાપની હૂંફમાં ફૂલો મહેકી ઉઠે છે. ખુશીની ચરમસીમા બતાવી છે.

Great bliss was with them and great happiness
Grew Like a justly flower in June's caress

અહીં પણ કામદેવનું બાણ આવી જાય છે. "Sang of delicious Love and honey'd dart" આપણી કવિતાઓમાં પણ ખાસ કરીને રવિન્દ્રનાથ ટાગોરની ચિંત્રાગદામાં સુંદર ઉલ્લેખ છે. કાલીદાસને પણ કામદેવ પ્રિય છે. આપણા કામદેવ જેવો ગ્રીક દેવતા Honey'd છે. વાતાવરણ ઝૂમી ઉઠ્યું છે. સૂર્યાસ્તનો સમય છે. જઈ રહેલા લોરેન્ઝોને અસ્ત પામી રહેલો સૂર્ય જેટલો આજે સુંદર લાગે છે એટલો પહેલા ક્યારે ય નથી લાગ્યો. આ રીતે છૂટા પાડવામાં વિરહનો સંદેશ પણ આપી દેવાયો છે. જેવી રીતે પવનનો સુસવાટ બે જોડિયા ગુલાબને છૂટા પાડી દે છે એવી રીતે આ લોકો પણ છૂટા પડવાના છે. Twin roses by the Zephyr blown apart.

પછી તો એ લોકો વારંવાર મળવા લાગ્યા સંધ્યાનું સુંદર વર્ણન છે. ઢળતા સૂર્યના સમયે રેલાતા સોનેરી કિરણો, તારાઓનો પ્રકાશ અને હાઈસીન્થ ફૂલોના સહેવાસમાં એ લોકો મળતા હતા. Hyacinth ફૂલો જાંબલી રંગના ઘંટડી આકારના હોય છે જે કિટ્સને ખૂબ પસંદ છે. કવિ હોમરે પણ આ ફૂલોનો ઉલ્લેખ તેમના કાવ્યોમાં કયી છે. પ્રેમીઓ માટે સુંદર વિચાર કવિએ વ્યક્ત કયી છે. Unknown of any, free from whispering tale. આ લોકો એમનામાં એટલા ઓતપ્રોત છે બહારની દુનિયા ભૂલી ગયા છે. લોકો પંચાત કરશે એવો વિચાર પણ

તેમને આવતો નથી. કવિનું મુખ્ય કેન્દ્ર પ્રેમ છે. પ્રેમનું ગૌરવ અને પ્રેમની જીતને જ બિરદાવલી છે. People showed mind their own business.

હવે કવિ કરુણ અંતવાળી પૌરાણિક કથાઓ (ગ્રીક) યાદ કરે છે જેવી રીતે આપણે અહીં પણ કરુણરસથી ભરપુર હીર-રાંઝા, શીરી-ફરહાદ, લૈલા-મજનુ એવી તો કેટલી પ્રેમકથાઓ છે. જેને લોકો આજે પણ યાદ કરે છે. કવિ કિટ્સ એમના પૌરાણિક પાત્રોને યાદ કરીને કહેવા માંગે છે પ્રેમીઓની આ ખુશીઓ એમના વિરહ અને વેદનાભર્યા દિવસોમાં રાહત આપનારા રહે છે. પાત્રોને યાદ કરીને છેલ્લે સુંદર Phrase છે. Even bees, the little alms-man of spring-bowers, know there is richest juice in poison flowers. ફળો ઉઘરવનારા માણસ જેવી નાનકડી માખી, મધ ચૂસતા ચૂસતા કોઈ ઝેરી ફૂલ પણ આવી જાય તેનાથી વાકેફ છે છતાં પણ ફૂલ ચૂસવાનું ચૂકતી નથી.

અહીંથી ઈઝાબેલાના બે ભાઈઓ જેમની સાથે એ રહેતી હતી એમનો પરિચય શરૂ થાય છે. આ ભાઈઓ ધનાઢ્ય હતા અને ક્રૂર હતા. એમને એમની પુષ્કળ મિલકત ઉપર ખૂબ જ અભિમાન હતું. મહેલ જેવા એમના સુંદર ઘરનું વર્ણન છે. આજુબાજુ અતિ સુંદર બગીચાઓ છે. પણ આ બે ભાઈઓ કોઈના માટે દયાભાવ કે કુણી લાગણી ધરાવતા નહોતા. જંગલમાંથી ગુલામો લઈ આવતા, તેમની ફેકટરીમા કામ કરાવતા અને તેમને ખૂબ રંજાડતા. આ ભાઈઓ અભિમાની તો હતા જ પણ લોભી પણ ખૂબ હતા. પૈસા તો ખૂબ કમાતા પણ કોઈપણ જાતનું જોખમ લેવા માટે તૈયાર નહોતા. એમના પૈસા જતા ના રહે એવી ભીતિમાં જ કાયમ જીવતા. આ ભાઈઓને એમની બહેન અને લોરેન્ઝોના પ્રેમસંબંધની જાણ થાય છે. એમને થાય છે કે એમની બહેન માટે લાયક તો એમની કક્ષાનો જમીનદાર હોવો જોઈએ આ મામુલી નોકર ના ચાલે. અને બંને ભાઈઓ લોરેન્ઝોની હત્યા કરવાનું કાવતરુ ઘડે છે. આ એમનું ધાતકી કૃત્ય છે. કવિ કહે છે Merciless manner possible વહેલી સવારે સૂરજ હજી ઉગ્યો નથી અને લોરેન્ઝો ટેરેસ પર પ્રાર્થના કરવા બેઠો છે. ભાઈઓ તેની પાસે જઈને કહે છે

અમારે શિકાર કરવા જવું છે, તું પણ ઘોડો તૈયાર રાખ અને અમે નીકળીએ એટલે પાછળ નીકળજે, સવારની પ્રાર્થના ગણગણતો, પોતાના ગાઢ પ્રેમને યાદ કરતો લોરેન્ઝો નીકળે છે. એને સ્હેજ પણ ખ્યાલ નથી કે એ એના પ્રેમથી દૂર જઈ રહ્યો છે. એ વિચારે છે સવારે નહિ મળાય પણ સાંજે બમણી ખુશીથી મળશે. એને ખબર નથી કે એ ક્યારેય પાછો આવવાનો નથી. ફલોરેન્સ શહેનું સૌંદર્ય, બહાર વહેતી આર્ના નદી, નદીનો પટ, ચોખ્ખા પાણીના ઝરા, કિનારા પાસે આવેલા ખડકો વગેરેનું સુંદર વર્ણન છે જે લોરેન્ઝોના હૃદય સાથે સરખાવ્યું છે. બે ભાઈઓના ચહેરા ભયથી ફિકા પડી ગયા છે કારણ કે તેમના મનમા પાપ છે.

અહીં એક વાત ઉલ્લેખનીય છે કે હત્યાનું કૃત્ય ફક્ત એક જ લીટીમાં વર્ણાવવામાં આવ્યું છે. કિટ્સે ગ્રીક ટ્રેજેડીની પ્રથાનું અનુકરણ કર્યું છે. ગ્રીક ટ્રેજેડીમા ગુનાઓ કોરસમાં જ કહી દેવામાં આવતા અને સ્ટેજ પર એની પ્રસ્તુતિ ઊંડાણથી કરવામાં આવતી નહિ. એનાથી વિપરીત શેક્સપીયર કરુણાંતિકાઓમાં આખું દૃશ્ય પ્રેક્ષકોમાં ભય અને ઉત્તેજના ફેલાવે એવું ઊભું કરતાં. કિટ્સે એક જ લીટીમાં વર્ણાવ્યું છે. ભાઈઓએ લોરેન્ઝોને મારી નાખીને તલવારો તો ધોઈ નાખી પણ તેમના હૃદય પર પડેલા ડાઘ તો ક્યારેય ધોઈ ના શકે એવી રીતે લાગી ગયા. એમણે જંગલમાં એના મૃતદેહને દાટી પણ દીધો. લોરેન્ઝોનો આત્મા દુઃખી થઈ ગયો. એનો પ્રેમ થીજી ગયો (પુરાઈ ગયો) દરેક ગુનેગારો પોતાના ગુનાને છૂપાવવાના બહાના શોધી લેતા હોય છે. એવી જ રીતે લોરેન્ઝોની ગેરહાજરીનું બહાનું શોધી નાખ્યું. ઈઝાબેલાને કહી દીધું છે લોરેન્ઝો અગત્યના કામ માટે તાત્કાલિક બહારગામ જવું પડ્યું છે. (Great urgency) કવિ ઈઝાબેલાને સંબોધીને એના દુર્ભાગ્યનો અણસાર આપે છે કે હવે એનો પ્રેમી ક્યારેય પાછો આવવાનો નથી.

લોરેન્ઝોની ગેરહાજરીમાં ઈઝાબેલા એકલી એકલી રડ્યા કરે છે એને એમ જ થયા કરે છે કે હમણાં એનો પ્રેમી આવશે પણ હકીકત તો આઘાતજનક છે તેનાથી અજાણ છે. એની આંખોમાં એક જ પ્રશ્ન ડોકાયા કરે છે કે લોરેન્ઝો ક્યાં છે? ભાઈઓ પણ હવે ગભરાયા છે. ઈઝાબેલાની

સુંદરતા ઝાંખી પડવા માંડી છે. તેનું સૂક્ષ્મ વર્ણન કવિએ હોમરની શૈલીમાં કુદરતમા ઋતુઓ દ્વારા બદલાતા જતા રંગો સાથે રૂપકાત્મક રીતે કર્યું છે. આ હત્યા તો ઈર્ષા અને બદઈરાદાથી લોભી ભાઈઓ દ્વારા થઈ છે તો પછી વાત બહાર કેવી રીતે આવશે? જે આત્માને બળજબરી દ્વારા શરીરથી છૂટો પાડી દેવામાં આવે તો એ એના ખુનીને ખુલ્લો ના પાડે ત્યાં સુધી ભટક્યા કરે છે. એનો ઉલ્લેખ ગ્રીક સાહિત્યમાં છે. કવિએ તેનો સહારો લીધો છે.

લોરેન્ઝોના આત્માની મુલાકાત ઈઝાબેલા સાથે એકદમ અણધારી થાય છે. એનાથી ઈઝાબેલાને રાહત તો થાય છે પણ કાયમ માટે નહીં. કારણ કે આત્માની ધુંધલી છાયા હોય, અવાજ પણ સ્પષ્ટ ના હોય અને હંમેશા એ ખૂબ ધીમેથી વાત કરે. એના અવાજમાં દુઃખ હોય કોઈ આશા ના હોય. અહીં કિટ્સે ખૂબ ઊંડાણથી વર્ણન કરીને આત્મા કહો કે ભૂત તેના વ્યક્તિ સાથેના મિલનમાં ભરપુર કલ્પનાના રંગો ઉમેર્યા છે. એ રીતે લોરેન્ઝોને પોતાની હત્યા કેવી રીતે થઈ એનું વર્ણન કરે છે. એ ત્યાં સુધી કહે છે કે હત્યાની જગ્યા શહેરની બહુ જ બહાર નથી. એ ઘેટા ચરવાનો અવાજ, નદીના પ્રવાહનો સાંભળે છે, ત્યારે તેને ખુબ દુઃખ થાય છે કે 'અરેરે, હું આ વિશ્વનો માણસ નથી પણ આત્મા છું I'am shadow now, alas પ્રેમિકા વગરના એક આત્માના ઝુરાપાની કરુણ પ્રશસ્તી છે. આ Concept શેક્સપીયરના 'હેલમેટ'માંથી લીધો છે. 'હેમલેટ'માં ghost શબ્દ વપરાયો છે અહીં સ્પીરીટ શબ્દ વપરાયો છે. લોરેન્ઝોનો આત્મા ઈઝાબેલાની લાગણી અને વફાદારીથી ખૂબ આનંદ અનુભવે છે અને અંધકાર ભેદીને અદૃશ્ય થઈ જાય છે.

લોરેન્ઝોના ગયા પછી ઈઝાબેલાને સ્હેજ પણ ઊંઘ આવતી નથી. એ વહેલી સવારે ઊભી થઈ જાય છે. અને વિચારે છે. સ્વાર્થીઓ અને ગુનેગારો આપણાંથી બહુ દૂર હોતા નથી. નજીકના મિત્રો કે સગા જ હોય છે સારું થયું કે લોરેન્ઝોએ તેને કીધું નહિંતર એ જુઠાણાની દુનિયામાં જ જીવતી હોત. હવે એ નિર્ણયાત્મક બને છે અત્યાર સુધી એ શાંત અને સરળ હતી. પ્રેમની મસ્તીમાં મસ્ત હતી. પણ હવે થાય છે આનંદ ભોગવીએ કે દુઃખ છેવટે તો મૃત્યુને જ વરવાનું હોય છે. એ

દાસીને લઈને જંગલમાં જાય છે અને કબર ખોદવા માંડે છે. આની પહેલા એણે ક્યારે ય આવું સખત મહેનતું કામ કર્યું નથી. એ લોરેન્ઝોનું ડોકું કાપી લે છે અને સિલ્કના રૂમાલમાં વીંટાળીને હાથમાં લઈ લે છે. તે દરમિયાન કબર, કબરમાં પોઢેલો તેનો પ્રેમી, મૃત્યુનો ડર, ભય એને કરુણ અનુભવ એ બધું જ એની આંખ સામે તરવર્યા કરેછે. શુદ્ધ, પવિત્ર અને નિદીષ ઈઝાબેલા હવે કબરની બહાર આવીને ઊભી રહે છે. અંધારી ખીણમાં ઝ્હોરી ઉઠેલા લીલીના ફૂલ જેવી સુંદર લાગે છે. એ ભગવાનને પ્રાર્થના કરે છે કે પ્રેમ કદી મરતો નથી પણ માનવીઓ મરી જાય છે. લોરેન્ઝો જીવતો હતો ત્યારે ખૂબર પ્રેમ કરતી હતી હવે એ મૃત્યુ પામ્યો છે તો પણ એનેજ પ્રેમ કરશે. એ મૃત્યુ પામ્યો છે આ વિશ્વમાંથી પણ હ્દયમાંથી નહીં.

ઈઝાબેલા લોરેન્ઝોનું મસ્તક ઘેર લઈ આવે છે. કોઈને પણ ખબર પડતી નથી. લોરેન્ઝોના મસ્તકને ખૂબ વહાલ કરે છે અને ધરના બગીચાના મોટા કુંડામાં મસ્તક મુકે છે અને ઉપર માટી નાખીને બેસિલનો છોડ વાવે છે. (સુગંધી વનસ્પતિ) અને ત્યાં જ બેસી રહે છે અને રડ્યા કરે છે. એના આંસુઓથી છોડ સીંચ્યા કરે છે. આજુબાજુની દુનિયાને સંપૂર્ણપણે ભૂલી જાય છે. અહીં પ્રેમ પ્રત્યેના એના સમર્પણ દ્વારા એના જીવનની ઉત્કૃષ્ટ ઊંચાઈ સ્થાપિત કરવામાં આવી છે. એના આંસુઓથી છોડ ફૂલે ફાલે છે. અહીં પ્રેમ પ્રત્યે અંગુલી નિર્દેશ છે. પાંગરેલો છોડ પાંગરેલા પ્રેમનું પ્રતીક છે.

ઈઝાબેલાના ભાઈઓને કિટ્સે ફરીથી પૈસાના પૂજારી તરીકે ઓળખાવ્યા બેસિલના કુંડા પાસે બેસી રહેલી જોઈને નવાઈ પામી જાય છે. એ લોકોને થાય છે કે આ પોટમાં એવું તો શું હશે? આ પોટ જ તેની પાસે ના રહે તો? એક દિવસ ઈઝાબેલા સાંજની પ્રેયર માટે ચર્ચમાં જાય છે ત્યારે પોટ ચોરીને ભાગી જાય છે. અને પછી ખાનગીમાં લઈ જઈને ઉત્સુકતાથી છોડ ઉખાડીને જુએ છે તો લોરેન્ઝોનું મસ્તક હોય છે. જોઈને છળી મરે છે અને શેક્સપીયરના 'મેકબેથ'ની જેમ માથા પર લોહીના ડાઘા પડી જાય છે. (તેમના). આ ભાઈઓ ફલોરેન્સ છોડીને ભાગી જાય છે અને ક્યારેય પાછા ફરતા નથી. ઈઝાબેલા જ્યારે

ચર્ચામાંથી પાછી ફરે છે ત્યારે પોતાનો પોટ ચોરાઈ ગયો હોય છે. ઈઝાબેલા એટલી દુઃખી થઈ જાય છે કે હવે જીવવાનું કોઈ કારણ રહેતું નથી. એ અત્યંત દુઃખી થઈને મોત વહાલું કરે છે. એને નવાઈ લાગે છે પોટ ગયો ક્યાં ? આમ એની પાસેથી પ્રેમ પણ છીનવાઈ ગયો અને પોટ પણ છેલ્લી પંક્તિ છે:

And Isabella sadly dies, without her boil post
and in pity of her love.

કવિતાનો અંત કરુણ છે. ફલોરેન્સના લોકોએ બહારથી આવતા-જતા લોકોને આ કથા કહીને અત્યંત લોકપ્રિય બનાવી છે. આ સાદી, સરળ અને કરુણ કવિતામાં કોઈ ઉપદેશ કે અર્થ નથી. પણ મુખ્યત્વે કવિતાનો લયબદ્ધ પ્રવાહ અને કરુણ પ્રસંગો છે. પ્રેમની જીત છે પ્રેમનો ઉત્સવ છે. (દીર્ઘ કાવ્યના સંદર્ભે પસંદ કરેલી કૃતિ વિશે આપેલું વક્તવ્ય.)

12

ઝંખના પરોઢની

ગુજરાતની ટૂંકી વાર્તાને 2017માં સો વર્ષ પૂરા થયા. ગુજરાતી ભાષામાં ટૂંકી વાર્તાની શરૂઆત યુરોપિયન સાહિત્યના પરિચય પછી થઈ છે. આપણા મહાન સાહિત્યકારોએ અદભુત વાર્તા સંગ્રહ આપેલા છે. ટૂંકી વાર્તાના એક સ્વતંત્ર સાહિત્ય સ્વરૂપ તરીકે મલયાનિલે 1917માં લખેલી "ગોવાલણી" વાર્તાને પ્રથમ ટૂંકી વાર્તા તરીકે સ્વીકારવામાં આવી છે.

આજે શ્રી વંદના શાંતુ ઈન્દુ ભટ્ટ લિખિત વાર્તાસંગ્રહ "ઝંખના પરોઢની" વિશે વાત કરીએ. આ વાર્તાસંગ્રહ 2007માં પ્રકાશિત થયો છે. તેની બીજી આવૃત્તિ 2015માં આવી છે. આ ટૂંકી વાર્તા સંગ્રહને ગુજરાતી સાહિત્ય પરિષદનું ભગિની નિવેદિતા પારિતોષિક મળેલું છે. વંદનાબેન વડોદરામાં રહે છે. 1963માં જન્મેલા વંદનાબેન બી.કોમ., એલ.એલ.બી. થયા છે. ગુજરાતી તથા હિન્દીમાં લેખન પ્રવૃત્તિ કરે છે. "ઝંખના પરોઢની" તેમનો પ્રથમ વાર્તા સંગ્રહ છે. જ્યારે કવિતા સંગ્રહ "કોલાજ વર્ક" હિન્દીમાં પ્રકાશિત થયો છે.

"ઝંખના પરોઢની" 83 પાનાનું નાનકડું પુસ્તક છે. જેમાં 21 વાર્તાઓ સમાયેલી છે. આ વાર્તાઓ ઘણાં વાચકોને કરુણ લાગી છે. એના જવાબમાં વંદનાબેન કહે છે, "કરુણરસ એ બધા રસોનો આધાર છે.

રામાયણ જેવું રામાયણ પણ કૌંચવધથી નિષ્પન્ન થયેલી એક ઋષિની કરુણાનું પરિણામ છે. કરુણા સતત મનમાં ઘૂંટાય ત્યારે સંવેદનાનું પરોઢ થાય છે." આ વાર્તા સમગ્ર નારી કેન્દ્રી ગણી શકાય. વિષય-વૈવિધ્યની દ્રષ્ટિએ નારીજીવનના અનેક સંવેદનો ઝીલાયા છે. દરેક નારીનું ભાવ વિશ્વ જુદું છે, તેના સંજોગો જુદા છે અને તેથી રોજિંદી ઘટનાઓમાં અનુભવાતી સંવેદનાઓ વંદનાબેને સૂક્ષ્મ દ્રષ્ટિથી જોઈ છે અને વાર્તાઓમાં વણી લીધી છે. થોડી વાર્તાઓ ગ્રામ્ય પરિવેશમાં છે. તેમના જીવન, સમાજ, પરંપરાઓ અને ભાષાઓમાં લેખિકાનો સ્વાનુભવ જણાઈ આવે છે. વાર્તાઓ નાનકડી છે પણ તેમાં રહેલું અનુભૂતિનું સ્તર હ્રદયમાં ઊંડું ઉતરી જાય છે.

પુસ્તકની પ્રથમ વાર્તા છે, "એના ભાગનો દરિયો." દીવનાં દરિયા કિનારે રહેતાં માછીમાર કુટુંબની અત્યંત હ્રદયદ્રાવક કથા છે. દરિયો ખેડતા ભૂલથી દિશા ભૂલીને પાકિસ્તાનની સરહદમાં ઘુસી ગયેલા અને ઝડપાઈ ગયેલા અબુધ અને અભણ માછીમારની કથા છે. આપણા ભારતીયો જે ભૂલથી ત્યાંથી સરહદમાં જતા રહે પછી જેલમાં કેવા સબડે છે એ હકીકતથી આપણે અજાણ નથી. આ વિષય પર ઘણાં પિક્ચરો ઉતર્યા છે. રાજ કપુરનું "હીના" અને થોડા વર્ષી પહેલાં આવેલું શાહરૂખ ખાનનું "વીર-ઝારા" પિક્ચરમાં આ જ કથાવસ્તુ હતું. આ વાર્તામાં એક નોંધપાત્ર બાબત એ છે કે મુખ્ય કરુણરસ સાથે પ્રેમરસ અને મમતારસ પણ ઉમેરવામાં આવ્યો છે. વાર્તાની ભાષા તળપદી છે. પતિના વિરહમાં ઝુરતી કડવી લગભગ ગાંડા જેવી થઈ ગઈ છે. એની બેન લીલા કે જે એની દેરાણી છે તે કડવીનું ખૂબ ધ્યાન રાખે છે. એનું દુઃખ બરાબર સમજે છે. પંદર વર્ષથી પતિના વિરહમાં ઝૂરતી કડવી પતિના સમાચાર આવશે એના પર મીટ માંડીને બેઠી છે. છેવટે એક દિવસ ટપાલ આવે છે કે, પંદર વર્ષથી પાકિસ્તાનની જેલમાં સબડતા કેદીઓનો આખરે છુટકારો થયો છે અને તેમને વાઘા બોર્ડરથી અંદર લાવવાના છે એટલે ઘરની એક જ વ્યક્તિએ ત્યાં હાજર રહેવું. કડવી ધાંધી થઈ જાય છે અને દિયર પાસે જીદ કરે છે કે, મને લઈ જા. લીલા પણ પોતાના પતિને આગ્રહ કરે છે કે, બુનને લઈ જાઓ. પણ આદેશ પ્રમાણે એ એકલો જ જાય છે. અહીં કડવીની માનસિક પરિસ્થિતિ અને

લીલાની અપાર મમતાનું સુંદર ચિત્રણ કરવામાં આવ્યું છે.

દિયર વાધા પહોંચીને પડોશમાં ફોન કરે છે. કડવી અને લીલા નાના બાળકની જેમ દોડે છે. લીલા કડવીને કહે છે, "લે ભાઈ સાથે વાત કર." કડવી ફોન કાને માંડીને પતિના "મીઠી" સંબોધનની અપેક્ષામાં ઉધરસના ઠમકા અને ગળામાં ભરાયેલી કફની ગડડાટી વચ્ચે માંડ માંડ બોલાયેલો શબ્દ "કડવી" સાંભળીને ભાંગી પડે છે. દિયર સધિયારો આપે છે. "ચિંતા ના કર. ઉધરસ છે. ઘેર આવશે એટલે મટી જશે." કડવીના મોઢા પરથી લોહી ઊડી જાય છે. લીલા એને સમજાવીને ઘરે લઈ આવે છે. બેનનું આટલા વર્ષી ધ્યાન રાખ્યું છે ને હવે એ ગાંડી થઈ જશે તો ? એ ચિંતામાં ડૉક્ટરને ત્યાંથી ઊંઘની ગોળી લઈ આવે છે અને કડવીને આપે છે. કડવી ઊંઘી જાય છે પણ એના જીવને ચેન નથી. મનમાં ઉચાટ છે. વંડીએ બેઠેલી ચીબરી બોલે છે. લીલા અમંગળના અંદેશાથી થુ જી જાય છે. "આ મરતી ય નથી" એમ કહીને અકળાઈને અંદર આવે છે અને ટીવી ચાલુ કરે છે. ટીવીમાં સમાચાર આવતા હોય છે. "પાકિસ્તાનની જેલમાંથી છૂટીને વતન પરત આવતા દીવનાં માછીમાર કાનજી ટંડેલનું ટ્રેનમાં મૃત્યુ થયું છે." લીલા આગળ સાંભળી શકતી નથી. એનો અવાજ ફાટી જાય છે. "ના... ના... શિકોતરમા...." તેની આંખોમાં ગાંડપણ સવાર થઈ જાય છે અને ભયાનક હાસ્ય તેનાં ગળામાંથી નીકળી પડે છે. વંડીએ બેઠેલી ચીબરી પણ ઊડી જાય છે. આ વાર્તાનો અંત છે. આપણને "લોહીની સગાઈ" વાર્તાની મા-દીકરી મંગુ અને અમરત કાકી યાદ આવી જાય છે. બહેન પ્રત્યેનો ઉત્કૃષ્ટ પ્રેમ અને બેનના જીવનમાં વ્યાપી ગયેલી કરુણાની પરાકાષ્ઠા લીલાને ગાંડી બનાવી દે છે.

બીજી વાર્તા "ઝંખના પરોઢની" છે. આ બે મધ્યવયસ્ક સખીઓની વાત છે. વરસો પછી અચાનક બસમાં કૉલેજમાં સાથે ભણતી બે સખીઓ મળે છે. એકબીજાને જોઈને ખુશ થઈ જાય છે. એકનું નામ સ્મિતા છે અને બીજીનું નામ પ્રતિભા છે. બંને જણા બસમાંથી ઉતરી રેસ્ટોરન્ટમાં જાય છે. કૉફીનો ઓર્ડર આપી એકબીજાની વાત શેર કરે છે. સ્મિતાનો પતિ મુકેશ લાંચરુશ્વતનો વિરોધી છે. એ ખાતો ય નથી અને બીજાને

ખાવા દેતોય નથી. એટલે એનું ભારે ઋણ એ લોકોને ચૂકવવું પડે છે. પરિણામ એ છે કે એના પ્રતાપે બદલીઓ થયા કરે છે. સ્મિતાને એના પતિના વલણ સાથે ફરિયાદ છે કે, વારંવાર થયા કરતી બદલીઓના કારણે એ અકળાઈ ગઈ છે. અલબત્ત, એ લાંચ-રુશ્વતના પક્ષમાં નથી પરંતુ સતત થતી બદલીઓના કારણે પોતે કશું જ મનગમતું કરી શકતી નથી. ઠરીઠામ થઈ શકતી નથી. સ્મિતા પોતાનામાંથી બહાર નીકળી પ્રતિભાને પૂછે છે, "તું અહીંયાં ક્યાં રહે છે? તારા પતિ અને બાળકો શું કરે છે?" પ્રતિભા કહે છે પોતે અહીંયાં એકલી રહે છે અને નર્સિંગનો કોર્સ કરે છે. સ્મિતાને નવાઈ લાગે છે કારણ કે તેના લગ્નમાં પોતે હાજરી પણ આપી હતી. હવે પ્રતિભા પોતાની વાત કરે છે.

પ્રતિભાનો સ્વભાવ પહેલેથી જ અન્યાય સામે અવાજ ઉઠાવવાનો અને ભ્રષ્ટાચારનો વિરોધ કરવાનો હતો. એ પરણીને સાસરે ગઈ અને જોયું કે લાંચરુશ્વતના પૈસાથી એનું ઘર ઉભરાતું હતું. પહેલાં તો એણે પતિને સમજાવવાનો પ્રયત્ન કર્યો. એ પતિને કહેતી "આપણે વધારે પૈસાની જરૂર નથી. તમારો પગાર ઓછો પડશે તો હું નોકરી કરીશ." પણ એના કહેવાની પતિ પર કોઈ અસર પડી નહીં. એટલે શરૂઆતથી જ અણબનાવ થવા માંડ્યા અને એ જ વાતાવરણમાં દીકરી ઈશાનો જન્મ થયો. અન્યાય સહન કરવાની વિરોધી હોવા છતાં દીકરીના ભવિષ્ય ખાતર અપમાનનો ઘુંટડો ગળેથી ઉતારતી ગઈ અને સહન કરતી ગઈ. થોડા વર્ષ બાદ દેરાણી આવી. એને મન પૈસા જ સર્વસ્વ હતા. પ્રતિભાની વાતો તેને વાહિયાત લાગતી. થોડા સમયમાં એણે જોઈ લીધું કે, પતિ-પત્નીમાં મનમેળ નથી. એટલે જેઠને ભરમાવવા માંડી. પતિ પણ ધીમે ધીમે પગાર દેરાણીના હાથમાં આવવા માંડ્યો." આટલું કહેતાં કહેતાં તો એને શ્વાસ ચડી ગયો. પ્રતિભાએ એક શ્વાસ લઈને આગળ ચલાવ્યું. "મનમાં એટલો બધો ભાર થઈ ગયો હતો કે કોને કહું? તારી સાથે વાત કરવાથી મન હળવું લાગે છે."

આગળની વાત તો એનાથી કરુણ હતી. જેને એ મારી ઈશા, મારી ઈશા કરતી હતી એ ઈશાને પપ્પા અને કાકીની જેમ ઝાકમઝોળવાળી દુનિયા જ જોઈતી હતી. કાકીના પ્રભાવ નીચે એ વેસ્ટર્ન કપડાં જ

પહેરતી હતી અને પાર્ટીઓમાં જ વ્યસ્ત રહેતી હતી. એક દિવસ પ્રતિભા એને કાકી સાથે હલકી કક્ષાનું મેગેઝીન જોતાં જોઈ ગઈ. એણે પતિને ફરિયાદ કરી તો ઈશા જૂઠું બોલી એટલે પહેલીવાર પતિએ પ્રતિભા ઉપર હાથ ઉપાડ્યો અને થાકી ગયો ત્યાં સુધી મારી. એ જ દિવસે પ્રતિભાએ ઘર છોડી દીધું. એણે વાત પૂરી કરી અને કહ્યું, "સ્મિતા મેં સમાજનાં ડરથી તો કાંઈ નિભાવ્યું નહોતું, મારી દીકરી માટે જ સહન કર્યું પણ... પરિણામ તો શૂન્ય હતું."

દરેક સ્ત્રી આ જ ભૂલ કરે છે. બાળકો માટે સહન કર્યે જાય છે. જ્યારે મુક્ત થવાનો વિચાર કરે છે ત્યારે અધી ઉંમર વીતી ગઈ હોય છે. મોટાભાગની સ્ત્રીઓ તો પછી હિંમત જ ગુમાવી બેસતી હોય છે. પણ પ્રતિભાનો નિર્ણય સરાહનીય છે. પોતાની દીકરી ક્યારેક પોતાને સમજશે એ પરોઢ ઉગવાની ઝંખના સાથે થાકીને છેવટે પોતાની ઝંખનાના પરોઢ સાથે જોડી દે છે અને નારી અસ્મિતાને અજવાળે છે. અંતમાં પોતાના જીવનમૂલ્યો ટકાવવાનો સંઘર્ષ કરતી પ્રતિભાને જોઈને પોતે પ્રમાણિક પતિ મેળવીને કેટલી સદભાગી છે તેનું મૂલ્ય સ્મિતા સમજી શકે છે.

"પારિજાત" વાર્તામાં બે દંપતિની વાર્તા છે. માધવી એક બૌધિક સ્ત્રી છે. તે દરેક સંબંધ સહજતાથી લે છે. એનો પતિ જય અને વિશાલ ખાસ મિત્રો છે. જ્યારે માધવી જય સાથે પરણે છે ત્યારે વિશાલનું લગ્ન થયું નથી. વિશાલ અને માધવીના શોખ સરખા છે, સાહિત્ય અને પ્રકૃતિ. એ બે જણ ઘણીવાર એવા તો એમની વાતોમાં મશગુલ થઈ જાય કે, જય ચૂપ જ હોય. એકવાર જય કહે છે પણ ખરો "તમારી જોડી જામે છે. હું ખોટો ગોઠવાઈ ગયો છું." માધવી તરત જ બોલી ઊઠે છે "શું જોડી ફક્ત પતિ-પત્નીની જ હોય? મિત્રોની જોડી ના હોય શકે? જેવી રીતે તમારી અને વિશાલભાઈની છે." અને જયે વાતને સ્વાભાવિક ગણી લીધી હતી. આમ ત્રણે જણા સાથે હસતા-ફરતા અને મજા કરતા હતા. માધવીએ વિશાલ માટે છોકરી શોધવામાં ખાસ્સો રસ લીધો હતો. વિશાલ એમ જ કહેતો કે, તમારા જેવી મને મળશે નહીં.

હકીકતમાં બન્યું પણ એવું જ. વિશાલની પત્ની ઝઘડાખોર નીકળે છે. એકવાર વિશાલની પત્ની એની બા સાથે ઝઘડો કરીને પિયર જતી રહે છે. માધવીને જ્યારે ખબર પડે છે ત્યારે વિશાલ પાસે જીદ કરે છે, સુજાતાને લઈ આવો. વિશાલની પત્નીનું નામ સુજાતા છે. વિશાલ માધવી આગળ નમતું જોખીને સુજાતાને લઈ આવે છે પણ એનો સ્વભાવ બરાબર જાણે છે. એ સુજાતાને કહી દે છે કે ભાભીની જીદ પર તને લેવા આવ્યો હતો. પછી જયની બદલી થાય છે અને એ લોકો દૂર જતા રહે છે. વર્ષો પછી જય અને માધવી એમના ઘેર આવે છે. માધવીને આ બે જણને મળવાની ભારે ઉત્કંઠા છે. એ વિશાલના ઘેર જાય છે ત્યારે સુજાતા એકલી જ છે. એ માધવી આગળ પોતાનો ઉભરો ઢાલવે છે કે, વિશાલ આખો દિવસ "માધવી... માધવી..." જ કરે છે. ઘરમાં પણ રહેતા નથી. મારે આવો ઉછીનો પ્રેમ જોઈંતો નથી. માધવી કંઈક કહેવા જાય છે તો સુજાતા અપમાન કરી બેસે છે. "તને શરમ નથી આવતી? એક પારકો પુરુષ તારી પાછળ આવા ગાંડા કાઢે છે !"

આ નાનકડી વાર્તા થોડામાં ઘણું કહી જાય છે. સુજાતા ઝઘડાખોર છે. વિશાલ અજાણતા જ દૂર વસેલી માધવીના પ્રેમમાં પડી જાય છે. વિશાલ અને સુજાતાની વચ્ચે માધવી પરોક્ષ રીતે હાજર હોય છે એ વાત સુજાતા સહન ના કરી શકે તે સ્વાભાવિક છે. પણ કોઈનું મન ઓળખવાનો કે આમ કેમ થાય છે? એવું વિચારવાની ફરજ પોતાની પણ છે એવું એને લાગતું જ નથી. એની પાસે ફક્ત ફરિયાદો જ છે. સ્ત્રી-સન્માનની હિમાયતી માધવીએ સુજાતાનું આત્મ-સન્માન જળવાય એ ધ્યાનમાં લઈને વિશાલને લેવા મોકલ્યો હતો એ વાત સુજાતાનું છીછરું મન સમજવા માટે અસમર્થ છે. માધવીનું પાત્ર શિરમોર છે.

"વાદળની મૈત્રીમાં" સંવેદનાથી ભરપૂર હ્રદય ધરાવતી નારી નંદાની વાત છે. આ ટચુકડી વાર્તામાં નંદાનું દરિયાદિલ સમાઈ ગયું છે. નંદાને સામે બંધાતા મકાનમાં મજૂરીકામ કરતા અને ત્યાં જ રહેતા મજૂર કુટુંબના આઠ વર્ષના દીકરા નરેન સાથે માયા બંધાઈ ગઈ છે. પતિ પોતાના કામમાં અને દીકરો સ્કૂલે જવામાં અને ભણવાની પ્રવૃત્તિમાં

વ્યસ્ત છે. એમનો સમય સાચવવા સિવાય નંદા પાસે એકલતા સિવાય કંઈ નથી. એની એકલતામાં મીઠા રણકાર સમાન નરેને એના જીવનને ઝાંઝરની ઝીણી ઘંટડીઓથી રણકતું કરી દીધું છે. એ નરેનને જ્યારે જુએ ત્યારે એ બાળક એની નાની બહેનને કેડમાં તેડીને રમાડતો જ હોય. એ ગાય છે પણ ખુબ સુંદર ! જ્યારે ગાતો હોય ત્યારે સમજી લેવાનું એની બહેનને ઉંઘાડતો હશે. નંદાને આ બાળક બહુ મીઠો લાગે છે. એને બોલાવીને કંઈક ને કંઈક ખાવાનું આપે છે. એનાથી દાળભાત દરરોજ થોડા વધારે જ થઈ જાય છે. અને વહાલથી વાતો કરે છે. પડોશણો એના પર ઈર્ષા કરે છે. પતિને પણ ગમતું નથી. મકાનનું કામ પતે છે એટલે એ લોકો ચાલી જાય છે. પતિને "હાશ" થાય છે કે, ચાલો હવે ખાવાનું વધતું નથી.

થોડા દિવસ પછી માલ-સામાન ભરેલી ટ્રક મકાન પાસે આવીને ઊભી રહે છે. પતિ નંદાને બૂમ મારે છે કે "મકાન માલિક રહેવા આવતા લાગે છે, એમની સાથે સંબંધ બાંધજે. બધામાં ભળવાનું રાખ. તારા વિચારો તો ઠીક પણ આજની સોસાયટીના રીત-રિવાજ પણ અપનાવવા પડે." નંદા અકળાઈ જાય છે, "કયાં રીત-રિવાજ? ખાવાનું વધે તો બીજા ટંક માટે ફ્રિજમાં ભરી રાખવું, કોઈ ગરીબને આપવું નહીં, કીટીપાર્ટીમાં જઈને દેખાદેખી કરવી, જુગાર રમવો, દ્વિઅર્થી વાતો કરવી એ રીત-રિવાજ? તમે તો જાણો છો મને શું ગમે છે? મેં ક્યારેય તમારી પાસે એકલતાની ફરિયાદ કરી છે?" પતિ ગુસ્સે થઈ જાય છે. "નરેશ... તારું લેવલ એ જ રહેવાનું..." કહીને જતો રહે છે. નંદા સમસમીને રહી જાય છે. સરળ મનની સારપ આજનાં દંભી સમાજમાં સ્વિકૃત નથી એ વિરોધાભાસ પ્રગટ થાય છે.

"સંબંધોના આટાપાટા"માં કાદવના કદણમાં ખૂંપી ગયેલા સંસારરથના એક ચક્રને બહાર કાઢીને સમથળ જમીન પર લાવવાનો સંઘર્ષ કરતી નારીની કથા છે. સેજલના બારેય વહાણ ડૂબી ગયા છે. દસે દિશાઓ બંધ થઈ ગઈ છે. અસ્તિત્વ ટકાવવાની મથામણે, અસ્તિત્વ કેવળ એનું જ નહીં, આખા કુટુંબ માટે અગિયારમી દિશા તરફ ડગ માંડ્યા છે. સેજલ પ્રેગ્નન્ટ છે. એણે ગર્ભાશય ભાડે આપ્યું છે. તેથી ડગલે ને પગલે

સમાજ તરફથી તિરસ્કાર મળે છે. પતિ પણ અતડો રહે છે. બાળકોની જૂદાઈ આપણને કરુણરસમાં ડૂબાડી દે છે. વાત એમ છે એ દસ વર્ષ પહેલાંની ગ્રેજ્યુએટ છે. એને નથી અંગ્રેજી આવડતું કે નથી કમ્પ્યુટર. એટલે નોકરી મળતી નથી. પતિ જ્યાં નોકરી કરતો હતો એ કંપની બંધ થઈ ગઈ હતી અને સેવિંગ્સના પૈસા જે બેંકમાં મુકેલા તે બેંક ઊઠી ગઈ હતી. અધૂરામાં પૂરું તેને એકસીડન્ટ થયો એટલે બે હાથ જતા રહ્યા છે. બે બાળકોને વિખુટા કરવા પડ્યાં છે. એકવાર અકળાઈ જાય છે અને પતિને કહે છે, "કોણ છે આ ખોખલા સમાજના ભ્રષ્ટાચારીઓ? તમને ખાટલે પડેલા જોઈને મારો લાભ લેવા માંગે છે. મેં મારા કુટુંબને ભેગું કરવા અને તમારી સારવાર કરાવવા ગર્ભાશય ભાડે આપ્યું છે તો ક્યો ગુનો કરો છે?" પતિ આદ્ર સ્વરે બોલી ઊઠે છે, "પતિ પાછળ મરવું બહુ સહેલું છે પણ પતિને જીવાડવા માટે જીવવું બહુ અઘરું છે. આ અતિ મુશ્કેલ કામ તું કરી રહી છે. મારી દશા તો જો? હું તો આત્મહત્યા પણ કરી શકું એમ નથી કારણ કે, એના માટે બે હાથ જોઈએ; જે મારી પાસે નથી." 'નારી તું નારાયણી' અહીંયાં પ્રશ્નાર્થ સ્વરૂપે મુકાયું છે.

"યશોધરા" વાંચીને પહેલા તો મને હસવું આવ્યું. થોડા કે વધારે પ્રમાણમાં લગભગ બધી જ સ્ત્રીઓને આ અનુભવ થયો હશે . "મારી બા જેવી કઢી નહીં." કંઈપણ કરીએ અને બે મીઠા શબ્દની આશા રાખીએ ત્યાં તો પ્રહાર આવે. "મારી બા જેવું નહીં." મનમાં તો બહુ ગુસ્સો આવે. બા પાસે કરાવી લેતા હોય તો? જો કે આ વાર્તામાં બાની હાજરી એટલી તો હદ વટાવી ગઈ છે કે, છેવટે પત્ની ઘર છોડીને ચાલી જાય છે; ત્યારે પતિને પત્નીનું મૂલ્ય સમજાય છે. જો કે અહીં ડગલે ને પગલે ઘટનાઓ ઘટતી જાય છે અને પતિનો બાદશાહી ઠાઠ માઝા મુકતો જાય છે. છોકરાઓ મોટા થાય છે એટલે પત્નીના ચાલી જવાથી ખિન્ન મનથી બાનો ફોટો લૂછતો જાય છે અને મનોમન બાને કહેતો જાય છે. "બા તું ફક્ત ચૂપ રહી હોત તો મારી આ દશા ના થઈ હોત. તેં મને એને કોઈપણ રીતે ગણવી ન જોઈએ એવી સલાહ આપી હતી. મને તો એ જેવી હતી તેવી જ જોઈતી હતી." છેલ્લે ખીસામાં સાચવી રાખેલી ચિઠ્ઠી કાઢીને વાંચે છે:

ગૌતમ,

આ ચિઠ્ઠી તમારા હાથમાં આવશે ત્યારે હું ઘણી દૂર નીકળી ગઈ હોઈશ. હું ક્યાં જાઉં છું એ મને જ ખબર નથી. મેં મારાથી બનતા બધાં જ પ્રયત્નો કર્યા, એક આદર્શ પત્ની બનવાના પરંતુ તમારા હાથમાં જે તમારી બાનો આંચળો હતો તે પહેરવો મારા માટે શક્ય નહોતો. છતાં ઘણું કર્યું. હવે બાળકો મોટા થઈ ગયા છે, તેમની રીતે સેટ થઈ ગયા છે. હવે મારે મારી જિંદગી જીવવી છે. કોઈના જેવી બનીને હું ના જીવી શકું. આ દિવસ સુધી બધું સાચવ્યું કારણ કે, આપણાં નાના બાળકોને છોડીએ કેવી રીતે જઈ શકું? કારણ કે હું તો છું "યશોધરા."

"સૂર્યોદય"માં પ્રસન્ન દાંપત્ય વચ્ચે જ્યારે પત્નીને સંધિવા નામના રોગનું ગ્રહણ લાગી ગયું છે જેના લીધે તે હરીફરી શકતી નથી. એવી પરિસ્થિતિમાં પતિની મનોદશા ઊડાણ સાથે વ્યક્ત કરાઈ છે.

"ખરતા શ્વાસ"માં કેન્સરની વ્યાધિનો ભોગ બનેલી બાળકી મૃત્યુ તરફ ધકેલાઈ રહી છે ત્યારે તેને પ્રસન્ન રાખવાની નેમવાળા મમ્મી-પપ્પાની માનસિકતાનું કરુણ ચિત્ર છે.

"પ્લાનિંગ"માં વૃદ્ધ સસરાની લાચારીનો બયાન છે. પત્નીના આકરાં સ્વભાવના લીધે પુત્રવધુના મનમાં વ્યાપી ગયેલી કટુતાને વૃદ્ધ સસરા સહન કરી રહ્યા છે કારણ કે, સાસુ તો સ્વર્ગે સીધાવી ગઈ છે.

"ફાનસ"માં ગરીબ મા-દીકરીના માથે આવી પડેલ અણધાર્યા સંકટમાંથી બહાર નીકળવાનો માનો નિશ્ચય મનને સ્પશી જાય છે.

"માની આંખે"માં માતૃપ્રેમ, સામાજિક રૂઢિઓ, અંધશ્રદ્ધા બધું જ આવરી લીધું છે. લગભગ બધી જ વાર્તાઓ જેવો કરુણ છે.

"સામેનો ઉંબર"માં ઘર પ્રત્યેના લગાવની વાત છે.

"લાચારી"માં સ્ત્રીનું પાત્ર નકારાત્મક છે. સ્ત્રીની હલકાઈ પતિ, સસરા અને દિયરને લાચાર બનાવી દે છે.

"ઓછાયો"માં ક્યારેય એકલી બહાર ના નીકળેલી સ્ત્રી જ્યારે એકલી મુસાફરી કરે ત્યારે કેવી મનોદશા હોય તેનું વર્ણન છે.

"વિદ્રોહી"માં માતા-પિતા દ્વારા દીકરા-દીકરી વચ્ચે કરાતો ભેદ વણી લેવામાં આવ્યો છે.

"ખેરિયો"માં પણ પુરુષપ્રધાન સમાજ અને પતિ ઉપર માનું વર્ચસ્વ પત્નીની સંવેદનશીલતાને નંદવી નાખે છે તે જણાવાયું છે.

"ઉંમરની ઠેસ"માં સ્વાર્થી પત્ની, સ્નેહાળ પ્રિયતમા અને લાચાર માનાં ત્રિભેટે ઉભેલા પરાધીન પુરુષની મનોદશા છે.

"ક્ષત-અક્ષત"માં સાથે અભ્યાસ કરતી બે સખીઓની વાત છે. એક એની માને ખૂબ પ્રેમ કરે છે અને બીજી એની માને ધૃણા કરે છે. કારણ કે, એ નાની હતી ત્યારે એની મા કોઈની સાથે ભાગી ગઈ હતી. અંતમાં સ્નેહાની મમ્મી મૃત્યુ પામે છે અને બેઉ સખીઓ હોસ્પિટલમાં જાય છે ત્યારે એમનો ચહેરો જોઈને શ્રુતિ સ્તબ્ધ બની જાય છે. આ એની જ મમ્મી છે જે વર્ષો પહેલાં ભાગી ગઈ હતી.

નારીલક્ષી આ વાર્તાઓમાં ભલે ગણીગાંઠી પણ અમુક જગ્યાએ નારીની નકારાત્મકતા પણ લેખિકાએ લીધી છે. સૂક્ષ્મ સંવેદનો ગૂંથીને લખાયેલી નાનકડી વાર્તાઓનો આ સંપૂટ વાંચવો ગમે એવો છે.

(અભિરુચિમાં ટૂંકી વાર્તા સંગ્રહ વિષયના સંદર્ભમાં આપેલ વક્તવ્ય.)

13

બત્રીસ પૂતળી

નારીલક્ષી સાહિત્ય સર્જનની શરૂઆત ઈબ્સનના નાટક " ડોલ હાઉસ"થી થઈ છે એમ કહી શકાય. 184 પાનાની આ નાનકડી નવલકથા 1982માં પ્રગટ થઈ છે. પ્રકાશક છે આર.આર.શેઠની કંપની... ગુજરાતની સાહિત્યની પહેલી નારીલક્ષી નવલકથા તરીકે સાહિત્યકારોના મોટા વર્ગે માન્યતા આપી છે. કુંદનિકા કાપડિયાની 'સાત પગલા આકાશમાં' સમાજમાં નારી સ્વાતંત્ર્યતાનું બી રોપનાર ગણાય છે પણ તે 1984માં પ્રગટ થઈ છે. એ પછી તો નારી સંવેદના જગાવતી અનેક નવલકથાઓ, નાટકો અને કવિતાઓ આવતાં જ ગયા છે, પણ 'બત્રીસ પુતળીની વેદના'એ તેની ગરિમા જાળવી રાખી છે.

ચંદ્રકાન્ત ટોપીવાળાએ નોંધ્યું છે, "ગુજરાતી સાહિત્યમાં નારીને સ્વતંત્ર વ્યક્તિ તરફ દોરતી, નારીની સંપ્રજ્ઞતા દર્શાવતી, પોતાની અધિકાર પ્રત્વે નારીને જાગૃત કરતી અને નારી અંગેના સામાજિક-આર્થિક અત્યાચારને કેન્દ્રમાં લાવતી આ પહેલી નારીલક્ષી નવલકથા છે." આ નવલકથાને 2018ના દર્શક પારિતોષિકથી સન્માનવામાં આવી છે.

82 વર્ષના ઈલા આરબ મહેતા પ્રખ્યાત સાહિત્યકાર વર્ષાબેન અડાલજાના બહેન છે અને ગુજરાતી સાહિત્યને દરિયાઈ સફરની

પ્રથમ નવલકથા આપનાર ગુણવતરાય આચાર્યના દીકરી છે. 1938માં 23મી જૂને જન્મેલા ઈલાબેને શ્રેષ્ઠ નવલકથાઓ, વાર્તા સંગ્રહો, સંપાદનો તેમજ પરિચય પુસ્તિકામાં પણ ખેડાણ કર્યું છે. અકાદમી, મહારાષ્ટ્ર ગુજરાતી સાહિત્ય અકાદમી અને ગુજરાતી સાહિત્ય પરિષદ તરફથી વિવિધ પુરસ્કારો પ્રાપ્ત થયા છે.

નારી શોષણ દમનની અનેક વાતો લેખિકાએ નવલકથામાં વણી લીધી છે. તેની યાદી લાંબી છે. નવલકથામાં પાત્ર તરીકે વેઠનાર મહિલાઓની સંખ્યા બત્રીસ જેટલી છે. બત્રીસ પૂતળીની દંતકથાનો ઉલ્લેખ કરીને લેખિકા શરૂઆતની પોતાની નોંધમાં કહે છે, "જે સમાજમાં પરાક્રમો ફક્ત પુરુષો માટે હોય અને સ્ત્રીઓ જ્યાં કેવળ સિંહાસનની શોભા વધારનારી પૂતળીઓ હોય, જેનું કામ ફક્ત પુરુષોની ગુણગાથા ગાવાનું હોય ત્યાં જો પૂતળીઓ પોતાની વેદનાને વાચા આપે ત્યારે સર્જાય છે - બત્રીસ પૂતળીની વેદના"... સાથે તેમણે એમ પણ ઉમેર્યું છે કે, આ નવલકથા પુરુષ વિરોધી કે પુરુષોની નથી છતાં કેન્દ્ર સ્થાનની સમસ્યાને વાંચા તો આપી જ છે. નવલકથાના કેન્દ્રમાં લેખીકા અનુરાધા ગુપ્તા છે. ઘરમાં રસેશ શાહની પત્ની અને એક પુત્રની માતા છે. અનુરાધા ગુપ્તાની લેખન-શૈલીથી પ્રભાવિત થઈને તેને 'આર્યનારી હિતવર્ધક મંડળ' તરફથી સંસ્થાના શતાબ્દી મહોત્સવમાં ભજવવા માટેનું નાટક લખવાનું આમંત્રણ મળે છે. કથામાં આવતા પાત્રો સાથે કાગડાની કર્કશ કાઉ કાઉ, માછલી ઘર, પીંજરાનું પંખી, કચરાના ઢગલા, સાંકળી ગલીમાંથી સંસ્થાના મકાનમાં આવતી બદબૂ જેવા કલ્પનો અસરકારક પ્રભાવ ઉભો કરે છે. ક્યાંક કુદરતના રૂપોના વર્ણનો પણ છે. કથા આ પ્રમાણે છે.

અનુરાધાની તાજેતરમાં પ્રકાશિત થયેલી નવલકથા 'બંધન તૂટ્યા' વાંચીને રસેશ અકળાઈ જાય છે. નવલકથાની નાયિકા વિધવા છે અને એક આકર્ષક સોહામણા પુરુષ તરફ ખેંચાય છે અને એની દબાયેલી અનેક વાસનાઓ ઉછળી આવે છે, એવું વર્ણન એણે કર્યું છે. એનો રસેશને વાંધો છે. એ પત્ની પર અકળાય છે અને કહે છે, "આવું ના લખ કોઈ વિચારશે કે કોઈ પુરુષને જોઈને તને જ એવા વિચાર આવ્યા

હશે.” આની સામે અનુરાધાને વાંધો છે કે જે પુરુષ સ્ત્રીઓની ઠઠ્ઠા મશ્કરી કરે એ સ્ત્રી લખી પણ શકે એ વાત પુરુષ કેમ આવકારી ના શકે ? તે પતિને કહી શકતી નથી કે હવેથી આવું નહિં લખે. તેના વિચારો શરૂઆતથી જ સ્પષ્ટ બતાવવામાં આવ્યા છે. અનુરાધાના પાત્રનો ઉઘાડ સરસ થયો છે. દરેકે નાની વાતોમાં એના સ્વતંત્ર વિચારો સ્પષ્ટ રીતે રજૂ થયા છે.

‘આર્ય નારી હિતવર્ધક મંડળ’ સો વર્ષ જૂના મકાન ‘સદગુણા-સદન’માં ચાલે છે. મંડળના સંચાલક શાસ્ત્રીજી છે, ચાર બહેનો ચંદ્રાબેન, મધુબેન, વસુબેન અને ધરડા અમ્મા છે અને આશ્રમના સભ્યો છે. સદગુણા સદનમાં ચાલતા તેમના મંડળની શતાબ્દીની ઉજવણી નિમિત્તે અનુરાધાને નાટક લખવા માટે આમંત્રણ આપે છે. શાસ્ત્રીજી ખંધા છે. સાંસ્કૃતિક મહોત્સવ કરવાની તેમની ઈચ્છા પાછળ તેમની નેમ વાહ વાહ બોલાવવાની અને દાન દ્વારા પૈસા એકત્ર કરવાની છે. સ્ત્રીઓ માટે ત્યાગ અને આકર્ષણ જ અમુલ્ય ધરેણું છે એવા હથોડા પ્રવચનોમાં માર્યા કરે છે એના કારણે તેમના પ્રવચનો લોકપ્રિય છે. શાસ્ત્રીજી અનુરાધાને સંસ્કારો અને સમુન્નતિથી મધમધતું નાટક લખી આપવાનો આગ્રહ કરે છે.

શરૂઆતમાં જ એક કટાક્ષ લેખિકાએ મુકી દીધો છે. એ જ્યારે પ્રથમવાર ‘સદગુણા સદન’માં શાસ્ત્રીજીને મળવા જાય છે ત્યારે શાસ્ત્રીજીનું પ્રવચન પત્યું નથી હોતું અને તેમની અનુયાયી જેવી ચાર મહિલાઓ સાથે બાજુના ખંડમાં તેની નવી આવેલી નવલકથા વિશે ચર્ચા થાય છે. ઉપર બધાનો સૂર છે આવી તો નવલકથા લખાતી હશે ? અનુરાધાને કોલેજનો સમય યાદ આવી જાય છે. એ જ્યારે ‘સરસ્વતીચંદ્ર’ ભણતી હતી ત્યારે એણે અધ્યાપકને પ્રશ્ન કરેલો, ‘કેમ કુમુદ જ વિધવાજીવન પસાર કરે ? સરસ્વતીચંદ્ર તો પરણી ગયો.’ અધ્યાપક પાસે એનો જવાબ હતો નહિં. પછી શાસ્ત્રીજી આવે છે, મીટીંગ પતે છે. નીચે ઉતરતાં ઉતરતાં મંડળના એક બહેન ચોખવટ કરે છે કે, શાસ્ત્રીજીનો વિરોધ હોવા છતાં બધા જ એ પુસ્તક છાનામાના ઘર લઈ ગયા હતા. એ પોતે પણ લઈ ગયા હતા અને બધાને જ એ નવલકથા ખૂબ ગમેલી.

ધણું વિચારીને રામાયણની નારીઓને કેન્દ્રમાં રાખીને નાટક લખવાનું શરૂ કરે છે. કૈકેયી, કૌશલ્યા અને સીતા એ ત્રણેય પ્રેમની મૂર્તિઓ હતી. છતાંય તેમની પ્રેમની સમજણમાં અને પ્રેમની વિવિધ ભૂમિકાઓમાં કેટલી ભિન્નતા હતી. 'સદ્ગુણા સદન'માં વ્યાખ્યાન ખંડમાં સભાઓ મળતી રહે છે. શાસ્ત્રીજીની વિદ્વતા અને પ્રતિભાના લીધે દાનનો પ્રવાહ વહેવા માંડ્યો છે. શાસ્ત્રીજીની પોતાની જાતને આર્ય નારીના ઉત્કર્ષ અર્થે જે યજ્ઞ આદર્યો છે તેના આચાર્ય તરીકે ઓળખાવે છે. આશ્રમની ચાર સભ્ય બહેનો ઉપરાંત બહારની ચાર બહેનો - રેખાબેન, છાયાબેન, વિનોદિનીબહેન અને વિભાવરી જે અનુરાધાની સખી છે અને નાટકની કલાકાર પણ છે. બધા ય નાટક ભજવવા નિમિત્તે એકઠા થાય છે. સીતા ઉપર લખાયેલું નાટક જોઈને શાસ્ત્રીજી તો ખુશ થઈ જાય છે. "વાહ ! ધરતીપુત્રી સીતા ! દરેક સ્ત્રીએ ધરતીમાં દટાઈ રહેલા મૂળ જેવા થવાનું છે. મૂળ જમીનમાં ઊંડા જાય પણ આકાશને આંબે નહિ. ઊંચી પદવીઓ છોડી પતિનું ઘર સાચવીને બેસી રહે અને પતિના પડછાયા થવામાં જ ગૌરવ સમજે એવી સ્ત્રી હોય તો ધરતી પર સ્વર્ગ ઉતરે." આ એમના વિચારો છે. પોતે જાણે સાચા અર્થમાં સંપૂર્ણ પુરુષ હોય એમ વારંવાર નારીઓ માટે વિધિનિષેધ, વિવિધ સત્યો ઉચ્ચારતા રહે છે. પોતે પુરુષ હોવાથી કેવળ નિરિક્ષક હોય એમ આજુબાજુની પ્રકૃતિરૂપ નારીઓ માટે ગતિવિધિના કુંડાળા રચી આપે છે. નાટકના રિહર્સલ્સ માટે મળતી નારીઓ એકબીજા સાથે ખુલતી જાય છે. પોતાની વેદનાને વાચા આપતી જાય છે. બહેનો સાથે સભાખંડની બારીઓની બહાર સાંકડી ગલી, તેમાં જામેલી ગંદકીમાંથી ઉત્પન્ન થતી તીવ્ર વાસ વ્યાપેલી જ હોય છે. અનુરાધા અને રસેશના પ્રેમલગ્ન છે. લગ્ન પહેલા બંને એકબીજાને ખૂબ પ્રેમ કરતા હતા. લગ્ન પછી રસેશનો પ્રયત્ન હંમેશાં પોતાની તરફ વાળવાનો રહેતો. એક આદર્શ જીવનસંગીની કે જે પતિ કહે એમ જ કરે એવું તેનું સ્વપ્ન હતું. ઘણીવાર અકળાઈ જતો કે તું મને જોઈએ એવો સાથ આપતી નથી. ત્યારે અનુ જવાબ તો આપતી નહીં પણ એના મનને થઈ જતું કે પોતાની બુદ્ધિ, ચેતના કે આત્માની કોઈ કિંમત નહીં ? એ જાહેરાતો મેગેઝીનમાં આવતી જોતી કે સીગારેટની જાહેરાત હોય કે બેટરીની એમાં સ્ત્રી જ શા માટે ? વાર્તા વાંચો તો વાર્તામાં પણ સ્ત્રીનું જ સમર્પણ શા માટે ? એને એક

દીકરો છે. નાનકડો દીકરાને લઈને સમુદ્રકિનારે ફરવા જવાનો નિયમ છે. આ વાત પણ સુંદર રીતે કહેવાઈ છે. પોતે મા છે અને ગમે ત્યાં રોકાયેલી હોય પણ એણે તો આવી જ જવું પડે. દીકરાને બહાર લઈ જવા, હોમ વર્ક કરાવવા છતાં પણ માતા-પિતા અને બાળકનું સહિયારું જીવન સાગરકિનારાના સૌંદર્યમાં નીરખી ઊઠ્યું છે. પોતાના મકાનના કમ્પાઉન્ડના સૌંદર્યમાં વિહરતી અનુરાધા અને એક અજનબી સાથેની મુલાકાત અનુરાધાનું ડામાડોળ મન સ્થિર કરી દે છે. એ નિર્ણય લે છે કે એ પોતાના જીવનપ્રવાહમાં પોતાની ઇચ્છા અને અપેક્ષા સાથે જ રહેશે. પ્રવાહથી છુટી પડ્યા વગર.

કૈકેયીનું પાત્ર ભજવતી રેખા અત્યાધુનિક સોફિસ્ટીકેટેડ ઘરમાં એક ફર્નીચરની જેમ જ રહેતી હતી. તેના ઘરના ડ્રોઈંગ રૂમમાં માછલીઘર, પોયો પોયો પાળેલો પોમેરિયન કૂતરો અને પિંજરામાં પુરાયેલી મેનાની જેમ તેનું સ્થાન પણ ધનાઢ્ય પતિને રમવાની એક ઢીંગલી કરતા વધારે નથી. પતિ કહે તેમ જ થાય. એના કહ્યા વગર એક ડગલું પણ આગળ મુકવાની એને રજા નથી. એની કમર એક ઈંચ પણ વધવી ના જોઈએ એવો પતિનો આગ્રહ છે. ફરજિયાત ડાયેટીંગ કરવું પડે છે. એ જ્યારે નાટકનું રિહર્સલ કરવા સદગુણા સદનમાં આવે છે ત્યારે નિષેધભાવે બારી આગળ ઉભી રહીને કચરાના ઢગને તાકી રહી છે. ધનાઢ્યની પત્ની હોવા છતાં કચરાંથી સુગાતી નથી. ઉછરી છે ભૂલેશ્વરની ચાલીમાં. અત્યારે માંદા મા-બાપ અને નાનો ભાઈ સેનેટોરિયમમાં જતા રહ્યા છે. પણ માને મળવા જઈ શકી નથી કારણ કે પતિની આજ્ઞા નથી. પૈસા મોકલાવી દીધા છે. રેખાને ઘેર ઘણી પાર્ટીઓ થતી હોય છે. સ્ત્રીઓ બનીઠનીને આવતી હોય, પોતાના ઐશ્વર્યના ઠાઠમાઠના અને પતિ પાસેથી કેવી રીતે હીરાનો હાર પડાવો એના વાર્તાલાપ ચાલ્યા કરતા હોય છે. રેખા એમાં રસ લઈ શકતી નથી. પતિનું ડોગી માંદુ પડે તો પતિ ઊંચો નીચો થઈ જાય છે પણ રેખાની માની કોઈ જ કિંમત નથી.

અત્યંત વૃદ્ધ અમ્માનું પાત્ર પણ મનને કરુણાથી ભરી દે છે. અમ્મા એટલી બધી તો વૃદ્ધ થઈ ગઈ છે કે, ચામડી કરચલીવાળી તો ઠીક

પણ બરછટ થઈ ગઈ છે. કોઈના સહારા વગર ચાલી શકતા નથી. એકવાર અનુરાધા બાજુમાં બેઠી છે અને હાથ પર મોટુ ઝામુ જુએ છે. એટલે પૂછે છે, 'અમ્મા, હાથ પર શું થયું છે?' અમ્મા કહે છે નવ વર્ષની ઉંમરે વિધવા થઈ ગઈ હતી. વિધવા એટલે શું એ પણ જાણતી નહોતી. એકવાર કોઈક કારણસર ખડખડાટ હસતી હોય છે તો મા હાથ પર સળગતો અંગારો આપી દે છે. વિધવાથી તો વળી હસાતુ હશે? ત્યાર પછી મા-દીકરી હસ્યા જ નહોતા. બિચારા મહાપરાણે વૃદ્ધત્વ પસાર કરી રહ્યા હતા. એક દિવસ અનુને કહે છે, "દીકરી કાગળ લખી આપને?" અનુ પુછે છે, "કોને અમ્મા?" અમ્મા કહે છે "ભગવાનને પત્ર લખવો છે, અમને હસવા ના દીધા. પહેરવા-ઓઢવા ના દીધું. આખો દિવસ બસ રો...રો... ને...રો.... હવે તો ઉપાડી લે." અનુરાધા દુઃખી થઈ જાય છે. એને વિચાર આવે છે, કોણ જાણે આવી તો કેટલીય સ્ત્રીઓ હશે જેમને ભગવાનને કાગળ લખવાનો હશે.

સીતાનું પાત્ર ભજવતી છાયા પણ વિચારે છે એની સ્થિતિ અમ્મા કરતા જુદી નથી. અમ્મા અલ્પશિક્ષિત અને જનમ દુખિયારી સ્ત્રી છે. પોતે એક ગ્રેજ્યુએટ ઊંચો હોદ્દો ધરાવતી સ્ત્રી છે. બંનેના અંતરમાંથી ઉઠતો ચિત્કાર દિશાઓને કંપાવી શકે છે જો એ બંને જણે અંતરની ભોંયમાં ભંડારી ના દીધો હોય તો! છાયા જ્યારથી પોતાની હોશિંયારીથી એક્સપોર્ટ-ઈમ્પોર્ટ કરતી કંપનીની મેનેજર બની ત્યારથી પરાશરના ક્રોધનો શિકાર બની. મા એ પણ એ જ શીખવાડેલું. પતિને પ્રેમ કરવો, પતિનો મુડ જોઈને વાત કરવી, પતિ ગુસ્સો કરે તો ગળી જવું વગેરે... વગેરે... સવારે ઉઠો ચ્હા બનાવો, ટિફિન બનાવો, સફાઈ કરો અને દોડો. પરાશરનો પગાર ઓછો હતો. વળી મા અને ભાઈ ગામડે રહેતા હતા એટલે પૈસા પણ મોકલવા પડતા. એટલે પતિને મદદ કરવા નોકરી શરૂ કરેલી. એમાંથી મેનેજર સુધી પહોંચી ગઈ હતી. ત્યારથી પરાશરના ક્રોધનું કારણ બની હતી. પરાશર જેમ ફાવે એમ બોલ્યા કરતો. વાતે વાતે વાંધા કાઢતો. સેલ્સ મેનેજર છાયાએ નહિં પરાશરે બનવાનું હતું. પુરુષ જ બહારની દુનિયામાં વિજયી નીવડે અને ઘરમાં છાતી તાણીને ઉભો રહે એ ક્રમ તુટ્યો હતો. છાયા એકલતામાં જીવી રહી હતી. પતિ પૈસા બનાવવાના જાત-જાતના પ્રયોગો કરતો હતો.

લોટરીની ટિકિટોમાં પૈસા વેડફતો. એકવાર તો એવો છબરડો વાળ્યો કે પોલિસનું તેડું આવ્યું. નસીબ સારા હતા કે જરા માટે બચી ગયો હતો. છાયા ત્રાસી ગઈ હતી. છેલ્લે તો પતિએ કહી દીધું, "નાટકમાં સ્ત્રીનો રોલ કરો છો એના કરતા ખરી જિંદગીમાં જ ભજવોને." છાયા ધા ખાઈ ગઈ હતી અને એક કાઉન્સલરને મળવા ગઈ હતી. કાઉન્સલર બહેન પણ સલાહ આપે છે, "તમારા પતિને તમારી હોશિંયારી અને કુશળતા પર ઈર્ષ્યા છે. પણ મનથી માનતા નથી. કેવળ તમને દુઃખી કરવા ગંદા આક્ષેપો કરે છે. એટલે તમે જિવનને એક નાટક સમજો. મુખ્ય શરત એ કે તમારે ક્યારેય તખ્તા પર આવવું નહિં. તે તથ્યમાં રહીને મિત્રો આગળ, કુટુંબમાં સતત એમને જ આગળ કરવા. એમનો અહમ સંતોષાય એવું કરવું.

વિનોદીનીને કોઈ સંતાન ન હતું. એ આખો દિવસ પોતાની જાતને પ્રવૃત્ત રાખતી. બપોરે અંધશાળામાં બાળકોને વાર્તા સંભળાવવા જતી. પછી એક ગૃહ ઉદ્યોગમાં મદદ કરવા જતી અને ત્યાંથી મંડળમાં આવતી. કૌશલ્યાનું પાત્ર ભજવતી અને ક્યારેય જન્મ્યો નહોતો તેવા પુત્રના વિરહમાં વ્યાકુલ થઈ જતી. બધા જ એનો અભિનય ખૂબ વખાણતા. એક દિવસ કૌશલ્યા તરીકે એટલો સુંદર સંવાદ બોલી કે બધા ખુશ થઈ ગયા. જાણે, એનો દીકરો જ વનવાસ જતો હોય. 'કેવડો છે તમારો દીકરો ?' કોઈક પૂછે છે. "મારે બાળક નથી" 'હે ?' બધા ચમકી જાય છે અને ડોક્ટરોના નામ સૂચવવા માંડે છે. વિનોદીની દુઃખી થઈ જાય છે. એને નથી સાંભળવું. એ દસ વર્ષથી પરણી છે, એમાં છેલ્લા પાંચ વર્ષથી તો આજ સાંભળતી આવી છે. વિનોદીનીનું પાત્ર ખૂબ પ્રેમાળ છે. જીવનના વળાંકો પર ક્યાંક ને ક્યાંક મળી જતા બાળકો પ્રત્યે એને ભારોભાર અનુકંપા છે. એની પોતાની નણંદો પ્રત્યે પણ એને બહુ હેત હતું તે વાત સુંદર રીતે વણી લેવાઈ છે. મંડળના મકાનમાં કામ કરતી ગર્ભવતી ગંગુબાઈને જોઈને એનું મન દ્રવી જાય છે. એ હંમેશા એને ધ્યાન રાખવાનું કહે છે અને આશ્રમની બહેનોને એને આરામ કરાવવાની ભલામણ કરે છે. વિભાવરી અને મયંક બંને એકબીજાને ખૂબ ચાહતા હતા. બંને સાથે મળીને જ કરતા. એક નવું નાટક મયંક શરૂ કરે છે અને બીજી હીરોઈન ગીતા આવે છે. ક્યારે મયંક

ધીમે ધીમે બધુ ભૂલીને ગીતા પાસે જતો રહે છે, વિભારીને ખબર પણ નથી પડતી. વિભા મયંક જેટલી જ સફળ કલાકાર છે. ફિલ્મોમાં પણ કામ કરે છે. મયંકને હજી ફિલ્મની ઓફર નથી આવી, પણ એ ગીતાને ચાહે છે એટલું પુરતુ છે. એને હરીફ નથી જોઈતો અને વિભા હતાશામાં સરી પડી છે. આમ બધા જ બેવડી જિંદગી જીવે છે. પોતાની વેદના મનમાં ધરબી દીધી છે. દરેક સ્ત્રીની પાછળ ખાડા-ટેકરાવાળી કેડી છે, જે પસાર કરીને આજના સ્થાને આવીને ઉભી છે. કોઈનો સાથ નથી. એકલા જ પોતપોતાનો ક્રોસ ખભા પર ઉંચકીને ચાલે છે. એમાં થોડી નાની-નાની ઘટનાઓ પણ ઊંડી સંવેદના જગાવી જાય છે. છાયાની ઓફિસમાં એક મિત્ર છે માર્શિયા. જે અતુલ શર્માને પ્રેમ કરતી હતી. અતુલ પણ ખૂબ પ્રેમ કરતો હતો. છતાં પણ એનો આગ્રહ હતો કે, માર્શિયા હિંદુ ધર્મ સ્વીકારે. માર્શિયા માનતી હતી કે, શા માટે આપણે આપણા ધર્મો સાથે ના જીવી શકીએ? અતુલ માન્યો નહીં અને એના જીવનમાંથી ચાલ્યો ગયો. શા માટે સ્ત્રી જ ધર્મ પરિવર્તન કરે? શા માટે પુરૂષ નહીં? વિનોદીની જ્યારે આશ્રમની બહેનોને ગંગુબાઈ માટે વાત કરે છે ત્યારે બહેનો કહે છે કે, છેલ્લી સુવાવડ વખતે જ ડૉક્ટરોએ ચેતવણી આપી હતી. ગંગુબાઈ કહે છે, "ધણી માનતો નથી." કોઈ કહે છે, "ઓપરેશન કરાવી નાખજે." ગંગુબાઈનો જવાબ, "ફોરમમાં એ લોકો ધણીની સહી માગે છે." પુરુષને કોણ કહે?

'સદ્‍ગુણ સદન'વાળા સદ્‍ગુણા શેઠાણીની વાત પણ કરુણ છે. એમને સંતાન હતું નહિ. આટલા મોટા શેઠને ત્યાં સંતાન ના હોય એ તો ચાલે નહિ. શેઠે એક પ્રેમિકા શોધી હતી. એ પ્રેમિકા 15 વર્ષનો નાયિકા થતો છોકરો હતો. શેઠાણીના કાળજે સખત ઘા વાગ્યો હતો. પોતાના સમસ્ત સ્ત્રીત્વનું આવું હડહડતું અપમાન એ ક્યારે ય વીસરી ના શક્યા અને કોઈને કહી ના શક્યા. શેઠની આબરૂ અકબંધ જળવાઈ રહી હતી. અમસ્તું શેઠે 'સદ્‍ગુણા સદન' બંધાવવાનું દાન આપ્યું નહોતું. બધા રિહર્સલ માટે ભેગા થયા છે. વ્યાખ્યા હોલમાં શાસ્ત્રીજીનું વ્યાખ્યાન ચાલે છે. વ્યાખ્યાન ખંડ ચિક્કાર ભરેલો છે. મોટા ભાગની સ્ત્રીઓ બનીઠનીને આવી છે. રેખા પૂછે છે, આજ કેમ આટલી ધમાલ છે ? "મહાસતી નારાયણાની તિથિ છે. એમના પતિ મૃત્યુ પામ્યા પછી પોતે

ચિતા પર ચઢ્યા એને સાતસો વર્ષ આજે પુરા થયા છે.” વિનોદીની કહે છે અને અનુરાધા ચમકી જાય છે. “સતીત્વની પૂજા આ જમાનામાં ?” રેખાનો જવાબ સૂચક છે. “આ જમાનો ગયા જમાનાથી જુદો છે એમ કેમ માનો છો ? સ્ત્રીઓ સાડીને બદલે જીન્સ પહેરતી થઈ એટલે એ મુક્ત નથી બની. આપણે એ ના એજ છીએ. આ ‘સદ્ગુણા-સદન’ના જૂના મકાન જેવા ટેકાઓ મારી મારીને આપણને ઉભા રાખ્યા છે. આપણા પર પાટિયું નવું રંગરોગાનવાળું છે. પણ ભીતર જુઓ, આ ખુરશીઓ, આ ધૂળ, આ કાચની તુટેલી બારી, ભીતર કશુંય બદલાયું નથી. આપણી આજુબાજુ જામેલા કચરાના ઢગની ગંદી વાસ જેવા સડેલા રિવાજો, જડતા, પરંપરાની બદબુ હજુ ય આવી રહી છે.”

છેવટે નાટકનો દિવસ આવી પહોંચ્યો છે. બધા સુંદર તૈયાર થયા છે. નાટક શરુ થવાનો સમય આવી પહોંચે છે. ત્યાં રેખાનો ભાઈ દોડતો આવે છે. પહેલી એન્ટ્રી જ મંથરા અને કૈકેયીની છે. ભાઈ કહે છે, “બાને સહેજે સારુ નથી. ગઈકાલનો તમારો ફોન પણ લાગતો નથી એટલે અત્યારે તમને લેવા આવ્યો છું.” પણ નાટકની ત્રીજી ઘંટડી વાગે છે અને પરદો ઉંચકાય છે. રેખાબેન ચાલો. તમારી એન્ટ્રી છે. એની આંખો વિસ્ફારિત થઈ જાય છે અને પ્રેક્ષકગણના અંધારાની પેલે પાર કશું જોઈ રહી છે. મંથરા ધીરે ધીરે આવે છે. કૈકેયી પૂછે છે, “મંથરા, તું કહે મારે શું કરવું ?” મંથરા (વિભા)નો અભિનય અદભુત છે. એ કાનભંભેરણી કરે છે. એટલે કૈકેયી પૂછે છે, “તો હું શું કરું ? ક્યાં જાઉ ?” મંથરા કહે છે, “માંગી લો બે વચન. ભરતને ગાદી અને રામને વનવાસ.” રેખા ખડખડાટ હસી પડે છે, “હા...હા... હું માંગુ છું રામને ગાદી અને ભરતને વનવાસ.”

હોલમાં સન્નાટો છવાઈ જાય છે. નેપથ્યમાં ગડબડ મચી જાય છે. બધાના શ્વાસ અધ્ધર થઈ જાય છે. પ્રોમ્ટરનો અવાજ આવે છે સંવાદ બદલવા. રેખા મક્કમતાથી આવે છે અને એનો મુગટ ફેંકી દે છે અને ગંભીર અવાજે પડકાર ફેંકે છે, “હા...હા... હું માગું છું વનવાસ. મને આ મહેલમાંથી મુક્ત કર. ડામ દઈને દેહ કાળો બનાવી દે કે કોઈ શિકારી પુરુષ પાછળ ના પડે. હું સ્ત્રી છું. લલચાવનારા માંસનો ટુકડો

નથી. રામને ગાદી દો, મારે વનવાસ જોઈએ છે." હોલમાં હાહાકાર થઈ જાય છે. રેખાનો પતિ એના દસ મિત્રોને લઈને નાટક જોવા આવ્યો છે,એ ગુસ્સામાં દાંત પીસે છે. ફરી અંધારુ થઈને પ્રકાશ થાય છે. ફરી મંથરા સીતાને કહી રહી છે, "બેટા અહીં રહીજા. મહેલોના સુખની પથારી છોડીને વનના કાંટાઓ ઉપર ચાલવા શા માટે જઈ રહી છું ?" સીતા (છાયા) ચોમેર નજર ફેરવે છે. એને લાગે છે સમાજ ટાંપીને બેઠો છે સાંભળવા કે આર્યનારી પતિને પગલે ચાલનારી... અને છાયા બોલે છે, "મંથરા હું નહિં જાઉં રામના પગલે. હું જઈશ મારી કેડીએ. એ ચાહે છે પુરુષપણાને. પુત્રધર્મ ખાતર ગાદી છોડનાર પુરુષ સ્ત્રી ખાતર ગાદી છોડવા તૈયાર નહિં થાય ? લક્ષમણ તું આધો ખસ, તારી રેખા ઓળંગવાની મને કોઈ ચિંતા નથી. કારણ કે મારું સુવર્ણ મૃગ હું જ મારવા જઈશ." પ્રચંડ ઝંઝાવાત પ્રેક્ષકોમાં વ્યાપી જાય છે અને પછી મૌન ! સીતા ધરતીપુત્રી અત્યારે સમસ્ત જગતને આહવાન આપતી ટટ્ટાર ઉભી છે. શાસ્ત્રીજી આકુળવ્યાકુળ થઈ ગયા છે અને ખૂણામાં ઉભેલી અનુરાધાને આજીજી કરે છે, "દીકરી કોઈપણ રીતે નાટક બચાવ."

અનુરાધા અવશપણે સ્ટેજ પર આવે છે અને માઈક મંગાવે છે. પૌરાણિક વેશભૂષાની વચ્ચે આધુનિક વસ્ત્રો પહેરેલી યુવતીને સૌ જોઈ રહે છે. એ જાહેર કરે છે, "નાટક અહીં સમાપ્ત થાય છે. પુરુષનો ધર્મ જુદો, સ્ત્રીનો ધર્મ જુદો. સ્ત્રી જાણે પુરુષની મિલકત છે. પુરુષે સુચવેલા સ્ત્રીધર્મમાં ત્યાગ, આદર્શ, પત્ની, આદર્શ માતા કે જે અન્યાયો અને જુલમો સહન કર્યા કરે, જેની ફરિયાદનો કોઈ સૂર તેના હ્રદયની દિવાલો ભેદી બહાર ના આવવો જોઈએ. આ જ સમર્પણ. આ જ નાટક અમારી પાસે લખાવવામાં આવ્યું અને સંવાદો ગોખાવવામાં આવ્યા. હવે આ નાટક બંધ કરી અમને અમારી જાત શોધવા દો. ન દેવી, ન રાક્ષસી, અમને માત્ર સ્ત્રી રહેવા દો." આખા પ્રેક્ષકગૃહમાં ગજબનો સન્નાટો છવાઈ ગયો. ધર્મ અને કર્તવ્યના નામે તેમનું થતું શોષણ અને પુરુષ પ્રધાન સમાજ તરફ આંગળી ચીંધતી, નારી સંવેદનાની આ સુંદર નવલકથા છે.

14
જ્ઞાન વહેંચવાનો અતિરેક

ઈન્ટરનેટ, બ્લોગ અને ટવીટરનો વપરાશ આપણી નબળાઈ બની ગઈ છે. જાણે એના વગરતો આપણે જીવી જ ના શકીએ. આપણી વિચારશક્તિ એવી તો પાંગળી બની ગઈ છે કે ડગલે ને પગલે આપણને રેડીમેઈડ ટીપ્સ જોઈએ છે. ટેકનોલોજિ અને ગેજેટ્સથી આપણે જાણે આધુનિક બની ગયા છીએ. એવો ભ્રમ ઉભો થયો છે. પણ આ આપણો ભ્રમ છે.

બાળક 8મી માં આવ્યું નથી કે કઈ લાઈન લેવી એનું કાઉન્સલીંગ શરૂ. બાળકને કયા વિષયમાં રસ છે, એ ક્ષેત્રમાં કારકીર્દિ બનાવી શકે એવી બાબતો પેલો કાઉન્સલર નકકી કરે. માબાપ દેખાદેખીની દુનિયાનો શિકાર બની ગયા છે. શ્રીમંત લોકો અત્યારે કયા કાઉન્સીલર પાસે જાય છે? કયા ક્ષેત્રમાં વધારે Scope છે?વગેરે વગેરે... બાળકને કયા ક્ષેત્રમાં રસ છે? એ શેમાં એની જાતે મહેનત કરીને આગળ આવી શકે એવું તો વિચારાય જ કેવી રીતે?

ઈમેઈલ, વોટ્સએપ, ફેસબુક, યુટ્યુબ, જાહેરાતો દ્વારા સારા અને નહીં સારા બધા વિચારો ઠલવાતા હોય છે. આ ડિજિટલ યુગમાં જેટલા આધ્યાત્મિક ગુરુઓ, નુસખાબાજો. અને જાત જાતનું જ્ઞાન

પિરસનારાઓ સંકળાયેલા છે એટલા જ પ્રમાણમાં રાજકારણીઓ, દંભી ગુરુઓ, આંતકવાદી અનેક જૂથો સંકળાયેલા છે જે દુનિયાભરમાં ઈન્ટરનેટ ના કારણે આંતક ફેલાવી રહ્યા છે, અને હદ તો ત્યાં થાય છે કે મોટાભાગના લોકો સ્માર્ટ ફોનમાં રચ્યા પચ્યા રહીને સમયની બરબાદી કરી રહ્યા છે. મેસેજ આવ્યો નથી કે ફોરવર્ડ કરો. પછી જાણે પોતે કેટલાય મહાન કે અગત્યનો મેસેજ ફોરવર્ડ કર્યો હોય એ પણ પાછો પોતાનો લખેલો નહીં એમાં કેટલા લાઈકસ મળ્યા છે એ જોયા કરે છે. વોટસઍપ અને ફેસબુક આ માધ્યમ એવા છે કે એમાં અવિરત માહિતિ ના ધોધ વરસ્યા કરતા હોય છે. કોઈ તહેવાર હોય, કોઈ પ્રસંગ હોય ભલે ને પછી ખુશીનો કે ઉદાસીનો, શુભેચ્છાઓ નો મારો ચાલે. એમાં બેશક, થોડી માહિતિ તો હોય છે પણ વધારે પડતો તો અતિરેક ! જન્મદિવસે સાવ ઓછો સંપર્ક ધરાવતી વ્યકિતનો એટલો તો પ્રેમસભર તૈયાર લખેલો ફોરવર્ડ મેસેજ આવે કે આપણું મન અહોભાવથી ભરાઈ જાય. વાહ ! આને મારા ઉપર આટલો બધો ભાવ છે ! કોઈક વાર એને મળવાનું થાય અને કહીએ કે તેં તો સરસ મેસેજ મને જન્મદિવસ ઉપર મોકલેલો તો એ તો માથું ખંજવાળવા મંડી પડશે. કયો હતો? હું તો બધાને જ મોકલું છું. ત્યારે આપણું મોટું જોવા જેવું થઈ જાય છે. આ આપણું Virtual world!

દરરોજ નવી સવારે મેસેજ 'શેર' કરવો અને પછી કેટલી દાદ મળે છે એને જોયા કરવું. પોતાની જાતને પ્રોજેકટ કરવી, એમાં અહમ સંતોષવા સિવાય આમાં કંઈજ મળતું નથી. ગ્રીન ફીલ્ડ "વર્ચ્યુઅલ એડિશન" પુસ્તકમાં જણાવે છે કે તમારો શિક્ષણ, કારકીર્દી અને ધંધા માટેનો અમૂલ્ય સમય મોબાઈલ ફોનમાં રચ્યા પચ્યા રહેવાથી વેડફાઈ જાય છે. કયાંક વાંચ્યું હતું કે વોટસઍપ કે ફેસબુક પર 500થી વધારે ફ્રેન્ડસ ધરાવતી વ્યકિત જ્યારે માંદો પડયો ત્યારે હોસ્પિટલમાં મા-બાપ સિવાય કોઈજ હતું નહીં.

જ્યારે મોબાઈલ ફોન આવ્યા ત્યારે એમાં મેસેજ મોકલવાની સગવડ હતી. એનાથી વધારે જો તમારે માહિતી જોઈતી હોય તો ઈમેલ, ફેસબુક, યુટયુબ, બ્લોગ, ટવીટર વગેરે માટે કમ્પયુટર પર બેસવું પડે.

હવે બધા પાસે તો એ સગવડ હોય નહીં એટલે નાના નાના મેસેજો મને ફોન પર આવે એ વાંચવા બહુ ગમતા. અમુક મેસેજો આવે પછી સ્ક્રીન પર આવે મેમરી ફૂલ ! એટલે એક ડાયરીમાં મારા ગમતા મેસેજો ઉતારી લેતી અને પછી ડીલીટ કરતી. આખી ડાયરી ભરાઈ ગઈ છે કદાચ એક નાનકડું પુસ્તક પણ છપાઈ જાય. પછી તો સ્માર્ટ ફોન આવ્યા અને વોટસએપ, ફેસબુક, ટવીટર, ઈમેઈલ, બ્લોક, યુ ટ્યુબ, તમે જે માંગો એ બધુ જ ફોનમાં ! એકદમ હાથવગુ!અને પછી જ સારા ખોટા જ્ઞાનની ભરમાર શરૂ થઈ કે પૂછો નહીં વાત ! શરૂઆતમાં તો ગમતું હતું. કેવી નવાઈ લાગતી હતી. પણ ધીમે ધીમે એનું પ્રમાણ એટલું તો વધવા માંડ્યું કે આખો દિવસ ટીડીંગ ટીડીંગ જ થયા કરતું હોય. જો બધા જ જોવા બેસું તો આખો દિવસ એમાં જતો રહે. બધા જ મને લાગે છે એમ જ વિચારતા હશે કે આ તો પેલાને લાગુ પડે છે ચલો મોકલો. આ પોતાના માટે વિચારવા જેવો છે એવું તો કોઈ ભાગ્યે જ વિચારતું હશે. હદ તો પછી ત્યાં થઈ કે ગ્રુપો બનવા માંડ્યા એમાં મેસેજોના બદલે લાંબી લાંબી વાર્તાઓ આવવા માંડી અને એની નીચે લાંબા લાંબા તારણો.... હું ઘણીવાર વિચારમાં પડી જઉં છું કે જેણે મોકલ્યો છે એણે વાંચ્યો હશે ખરો? સૌથી ત્રાસદાયક જો મેસેજો આવતા હોય તો જુદા જુદા ભગવાનો અને સંતોના ફોટાઓ..... હનુમાન હોય કે પછી ગણેશ કે પછી સાંઈબાબા કે પછી કોઈ બીજું.... નીચે લખ્યું હોય આટલા લોકોને તાત્કાલિક ફોરવર્ડ કરો. આટલી મીનીટમાં સારા સમાચાર મળશે... નહીં કરો તો નુકશાન વેઠવવા તૈયાર રહેજો. હું તો ઈન્સ્ટન્ટ ડીલીટ કરી નાખું છું. પણ સાચું કહું તો ફોરવર્ડ કરવા વાળા પણ ઓછા નથી. કેટલું ઘોર અજ્ઞાન ! એના પછીનો વિષય આવે છે સ્ત્રીઓ અને દીકરીઓ માટેના મેસેજો દીકરીના વહાલ કે સ્ત્રીના સન્માન માટે કોઈ ફરિયાદ નથી પણ જયારે " જયાં ન પહોંચે રવિ ત્યાં પહોંચે કવિ ઉકિત પ્રમાણે એ લોકોને ભગવાનથી પણ ઊંચી કેટેગરીમાં મુકી દેવામાં આવે ત્યારેથઈ જાય કે આપણી દીકરી બીજા ઘરની વહુ છે અને બીજાની દીકરી આપણા ઘરની વહુ. આપણે કોને કઈ કક્ષામાં મુકીશું? દીકરા વગર વહુ ને કેવી રીતે લાવીશું? કે પછી દીકરીને બીજાના દીકરા વગર કેવી રીતે વળાવીશું? અને જેને એક કે બે દીકરા જ હોય, દીકરી હોય જ નહી એ મા તો બિચારી જ થઈ ગઈને !

એક બીજો અતિપ્રિય વિષય હોય તો તે છે જ્ઞાન નહીં પણ અફવાઓ ફેલાવવાનો અતિરેક ! કોઈક જગ્યાએ એક્સીડન્ટ થયો હોય તો એ જણાવીને અઢળક ફોટાઓનો મારો ચાલે – લોહીલુહાણ માણસોના, ઉંધા પડી ગયેલા વાહનો જેવા કે બસ, ટ્રેન, મોટર, અતિવૃષ્ટિ પૂર કે વાવાઝોડુ, આપણને જોઈને જ અરેરાટી થઈ જાય.. પછી કલાક બે કલાક પછી કોઈ ગ્રુપમાં મુકે કે કોઈ જાનહાની થઈ નથી. આપણે વિચાર કરવો પડે બે માંથી સાચું કોણ? હમણાં જ એક વોટ્સએપ આવેલો ફલાણી દવાનું રીએકશન ! જો આ દવા લેતા હો તો તાત્કાલિક બંધ કરો અને ઉઘાડા શરીરે ચકામા પડી ગયેલા ભરાવદાર માણસોનો ફોટો હતો. અને થોડીવાર પછી કોઈએ ગ્રુપમાં મુકયું કે ખોટા સમાચાર છે.

વોટ્સએપ પછી સૌથી વધારે વપરાતુ માધ્યમ ફેસબુક કહી શકાય. ફેસબુકમાં વાનગીઓ બનાવવાની રીત, સુંદર દેખાવાની કળા, વાળ વધારવાના નુસખા, પાતળા થવાના નુસખા અને મોટીવેશનલ સ્પીકરોની ભરમાર ચાલુ થઈ ગઈ છે. પહેલા તો તે વિડિયો હોય તો તેની ઉપર એક એરો આવતો હતો. એને કલીક કરીએ એટલે ચાલુ થાય. અત્યારે તો જેવા ફેસબુક ખોલીએ એટલે મોટેથી બોલવા જ માંડે. તરત જ બંધ કરી દેવી પડે અથવા તો Scroll જલદી જલદી કરવું પડે. લોકો આ બધું જોવામાં એટલો બધો સમય પસાર કરે છે અને પછી બીજાઓને સલાહ આપવાનો પરોપકાર અમલમાં મુકી દેશે. હમણાં થોડા દિવસ ઉપર મારા એક પરિચિત બહેન કે જે માંડ મેટ્રિક પાસ હશે એવું હું માનું છું, તે મળી ગયા. બેડોળ શરીરના કારણે ચાલ વાંકી થઈ ગઈ હતી. મને જોઈને કહે અરે, તમારા ગળા ઉપર કેટલા બધા મસા થઈ ગયા છે. હમણાં જ ફેકબુક પર વાંચયુ હતું કે ચુનો કે કોલગેટ ભેગા કરી લગાડી દો બે દિવસમાં મસા ખરી જશે. તમે કરો ને! એમાં નુકશાન શું છે? પણ ચુનાનું પ્રમાણ સાચવીને વાપરવું. એમની પાસે મારા મસાનો ઈલાજ હતો પણ એમના પોતાના બેડોળપણાનો અને ઢીંચણને લીધે થઈ ગયેલી વાંકી ચાલનો એમની પાસે કોઈ ઈલાજ નહોતો. આવા કેટલાય પરોપકારી માણસો આપણને કયાંક ને કયાંક

મળી જતા હોય છે. માંદગી હોય ત્યારે તો ખાસ. એવું જ વાનગીઓની બાબતમાં છે, ફેસબુક કે ટી.વી.માં જોઈને પ્રયોગ તો બધા જ કરતા હોય પણ પ્રમાણિક પ્રતિભાવ બહુ ઓછ આપતા હોય છે. એક સખી બીજીને પૂછશે તે આ બનાવ્યુ? બીજી કહેશે હા...હા... ઘરમાં તો એટલું એટલું ભાવ્યું કે પેલી વિચાર કરશે મારે તો આવું થયું નહોતું. આનું કેવી રીતે થયું હશે? ચાલો ... આ તો હસવાની વાત છે. પણ વાનગી કેવી બની એ તો સૌ સૌનું મન જ જાણતું હોય છે. અહીં પાછો દંભ આવી જાય છે.

એક અગત્યની વાત ટૂંકાણમાં કહેવી છે. ફેસબુક, ટ્વીટર અને યુટ્યુબ ઉપર યુદ્ધમાં ગોળીઓ નથી છુટતી પણ વિધ્વંસક વિચારોની મિસાઈલો છૂટે છે. કટ્ટરવાદી વિચારધારાનો ફેલાવો પણ પરમાણુ હથિયારો જેટલો જ ખતરનાક છે. ધાંટા પાડીને કહેવાતા જૂઠમાં દલીલબાજી કરીને સમાવાળાને ચૂપ કરી દેવામાં આવે છે. ઉપરછલ્લી માહિતી જાણીને ઉછરી રહેલો સમાજ લાંબુ વિચારવાની તસ્દી લેતો નથી. શું સાચું અથવા સારું કે, પછી શું ખોટું કે ખરાબ એની સમજ વગર પોતાને ગમતી દલીલો સ્વીકારીને પલાયનવાદ સ્વીકારી લે છે. એ સિવાય પણ ખેલજગત, જાતિવાદ, સિનેજગત વગેરે વિષયો ઉપર લોકો પોતાના મનમાં જે આવે તે લખી નાખતા હોય છે. એના પ્રતાપે વિવાદો ઉભા થાય છે. એમાં ય જો કોઈ સેલીબ્રિટીનું જરાક આડું અવળું નિવેદનો હોય તો ખળભળાટ મચી જાય. ક્રિકેટમાં ભારતના ખરાબ દેખાવની ચર્ચા રમતના સંદર્ભમાં વિશ્લેષણ સાથે કરવાની હોય એની જગ્યાએ પ્રાંતવાદ પર ચઢી જાય. એવી જ રીતે ફિલ્મોની તંદુરસ્ત ચર્ચા માટેના માધ્યમના આશયને બદલે ફિલ્મો પર અમુક કોમ સામ્રાજય અને રાજકારણ પર વાત ફંટાઈ અને આક્ષેપોનો મારો ચાલે છે, ટેકનોલોજીનું વ્યવસન એટલી હદે વધી ગયું છે કે રજાના દિવસે કે રાત્રે ઘેર સહકુટુંબ ભોજનની વેળાએ પત્નીએ ગરમાગરમ બનાવી હોય અને પતિ અને સંતાનો એને માણવાના બદલે પોત પોતાના ફોનમાં એવા તો ગળાડૂબ હોય કે ખાવાની મજા તો ગૌણ જ બની જાય છે. માત્ર સંદેહે જ સાથે બેઠા હોય પણ ઉષ્મા કે અસરપરસ સંવાદનું નામ જ નહીં. જો કે એમાં તો મોટા ભાગે કંઈ વાંચતા સાંભળતા ના હોય પણ ગેમ્સ જ રમ્યા કરતા હોય છે. કોઈ મુંઝવણ કે

કોઈ ખુશીનું Sharing કરવાની પ્રણાલી તો લગભગ લુપ્ત થતી જાય છે. કોઈને કશું શેર કરવું હોતું નથી. દરેક વ્યકિતનું માનસ જુદ્દ છે. દરેકને પોત પોતાની આગવી સમસ્યાઓ અને પ્રશ્નો હોય છે. માણસ માત્રને મનની શાંતિની તરસ છે. એને મેળવવા એ કાં તો પુસ્તકનો સહારો લેશે કાં તો કોઈ ગુરુ ને શોધશે, કોઈ વળી શિબિરો ભરશે. એ પોતે કંઈ ખોટું તો નથી કરી રહ્યો ને એવી ભાવનામાં અટવાયા કરે છે. એનો લાભ લઈને જ્ઞાન વહેંચતા મેસેજો, ગુરુઓ અને પુસ્તકોનો રાફડો ફાટયો છે. એના પ્રતાપે દિપક ચોપરાની 'ટાઈમલેસ માઈન્ડ', એજલેસ બોડી', રોન્ડા બાયરનની 'ધ સિક્રેટ', લૂઈ હે ની 'યુ કેન હીલ યોર લાઈફ' રોબીન શર્માની 'હૂ વીલ ક્રાય વ્હેન યુ વીલ ડાય' વગેરે પુસ્તકોએ વેચાણના રેકોર્ડ્સ તોડી નાખ્યા છે. આ બધા જ પુસ્તકોનો સાર શું છે? ખુશ રહો'. ભૂતકાળ વીતી ગયો છે. ભવિષ્યમાં શું થવાનું છે એની ખબર નથી માટે વર્તમાનમાં જીવો. જે જોઈએ એની કામના કરો. તમને મળશે જ. બ્રહ્માંડ દરિયો છે એ બધુ જ, જેતમને જોઈએ છે તે આપવા તૈયાર છે. તમે ચમચી લઈને ઉભા છો. સાચા મનથી ઈચ્છા કરશો તો તે મળશે જ. એ લોકોને આપણાં સંસ્કૃત શ્લોકની ખબર નથી. "સુતેલા સિંહના મુખમાં હરણ ના પેસી જાય" પુરુષાર્થ વગર શું મળે? રજનીશજી પણ એક જ વાત કરે છે. જગતને ભૂલી જાઓ. સ્વયં માં જીવો. સ્વયં માટે વિચારો. તમે જ તમારા રાજા છો. વગેરે વગેરે પણ સાચું કહો આ રીતે જીવી શકાય છે? સંજોગો અને સંબંધોના જાળામાં જીવવા ટેવાયેલો માણસ આ બધાનું શરણું તો લે છે પણ કશું પામી શકતો નથી. કશું અમલમાં મુકી શકતો નથી અને એક જ વાત અમલમાં મુકે છે. લોકોને પૂછયા કરવાની. "તમે આ પુસ્તક વાંચ્યું ?" કોઈ કહેશે "હા" તો તરત જ પૂછશે કેવું લાગ્યું? " અને કોઈ ના પાડશે તો કહેશે, " ભલા માણસ, આ પુસ્તક નથી વાંચ્યું ?" પણ પોતે કેટલું વાંચ્યું અને કેટલું અમલમાં ઉતાર્યું એવો વિચાર કરશે નહીં.

પુસ્તકો જેટલી જ શિબિરો ચાલેલી વર્કશોપ્સ ! "લાઈફ મેનેજમેન્ટ", "ટાઈમ મેનેજમેન્ટ", "ડીસીપ્લીન યોર લાઈફ", "હાઉ ટુ અચીવ ટારગેટ". ફાઈવ સ્ટાર હોટલમાં હોય. સવારે 9 વાગ્યાથી સાંજે 5 વાગ્યા સુધી. એક બેઠકના પાંચ થી દસ હજાર સુધીની રજીસ્ટ્રેશન ફી.

જેવો સ્પીકર. અત્યારે "લેન્ડ માર્ક" ક્લબનું સંભળાય છે. એક દિવસમાં કેટલું જ્ઞાન આપી શકે ? બધાના મગજ તો સરખાં હોય નહીં. કેટલું અજવાળી આપે? અને મુદ્દાની વાત તો એ છે ખુદ આ લોકો પોતે જ પોતાની વાતનો પોતાના જીવનમાં અમલ કરતા નથી. ફકત સલાહો જ આપતા હોય છે. "No practise only preach" આધ્યાત્મિક શિબિરો પણ ઠેર ઠેર યોજાતી થઈ ગઈ છે. આત્માની ઉન્નતિ અને મનની શાંતિ માટે લોકો એકાએક જાગૃત બની ગયા છે. એમાં ધ્યાન મુખ્ય બની ગયું છે. આધ્યાત્મિક શિબિરોમાં ધ્યાનનું મહત્વ એટલું બધું વધી ગયું છે. પણ જો ધ્યાન જ ધરવું હોય તો ઘર બેઠા પણ ધરી શકાય. પણ શિબિરમાં જઈને પેલા ગુરુ કહે કે આંખો બંધ કરો. શરીર હલકું કરો.. ત્યારે જ આંખ બંધ થાય? ત્યારે જ શરીર હલકું થાય ? ના, ખોટી વાત છે. આજે જીવન સ્પર્ધાત્મક બની ગયું છે. જાણે આંધળું અનુકરણ ! કોઈને નોકરીમાં મજા નથી, કોઈને ધંધામાં, કોઈને ઘરમાં શાંતિ નથી કોઈને ઓફિસમાં, કોઈને તબિયતનું ટેન્શન છે, કોઈને ધંધાનું. આવા અજંપાથી પીડાતા માણસને તેનું નિરાકરણ short cutમાં જોઈએ છે, લાભ short cutમાં જોઈએ. પરિણામે ગુરુઓ અને બાબાઓના ધંધામાં કયારેય મંદી નથી. આસારામ બાપુ જુઓ કે રામ રહીમ! આવા તો કેટલાય! જય વસાવડાના એક લેખમાં બોર્ડ ઈલનમર્કનું સરસ વાકય ટાંકર્યું હતું. "અછત સમયસ્યાના ઉકેલ નથી. તેના અમલની છે."

ખરેખર તો આ બધામાંથી બ્રેક લેવાની જરૂર છે. દરેક માણસને એની ઈચ્છિત વસ્તુ મળી જતી નથી. દરેકના જીવનમાં કંઈક ખૂટે છે, કંઈક અધુરૂ લાગે છે. અને એને પૂરવાની ઝંખનામાં માણસ અહીં તહીં આવા નાખે છે. આપણે શ્રમ અને પુરુષાર્થ જેવા શબ્દો ભૂલીને આળસ અને અકર્મણ્યતા ઉપર ચડી ગયા છીએ. આપણા જીવનમાં કોઈક ધ્યેય હોવું જોઈએ, કોઈ ફિલસૂફી હોવી જોઈએ. આપણે જાતે જ શ્રેષ્ઠ વિચારકોના વિચારો જાણવા જોઈએ. આ જગત હંમેશાં હતું. એની શરૂઆત પણ નથી અને અંત પણ નથી. માનવી માટે લખેલું જ્ઞાન અઢળક છે. પણ આ લખેલું અથવા બોલેલું જ્ઞાન કામ લાગતું નથી. સાચું જ્ઞાન અનુભવનું જ્ઞાન છે. જે અંદરથી પ્રગટ થાય છે. માટે જ સહજ રીતે થતું હોય એમાં કોઈના કહેવાથી બદલાવાની જરૂર નથી.

ભલે ને આપણે બીજા લોકો જેટલા સમર્થ ના હોઈ શકીએ. ભલે ને આપણે એવી કોઈ સિદ્ધિ પ્રાપ્ત ના કરી હોય કે જેના લીધે છાપામાં ફોટો આવે. છતાંય જ્ઞાની થવાના તૈયાર નુસખાઓ અજમાવવાની જરાય જરૂર નથી. સુંદર જીવન જીવવા માટે જેટલી જરૂર સરળ અને સહ્રદયી બનવાની છે એટલી બીજા કશાયની નથી. દરેક જણને જેવા છે એવા જ સ્વીકારીએ, સન્માન આપીએ અને આપણે જ્યાં છીએ, જેવા છીએ એના માટે ભગવાનના ઋણી રહીએ. આપણે વાંચીએ છીએને કે એક જણ પાસે સારા બુટ નહોતા અને ભગવાનને ફરિયાદ કરતો કરતો જતો હતો. એ આગળ ગયો ત્યાં એક માણસને જોયો કે જેના પગ જ નહોતા.

છેલ્લે તો એટલું જ કહેવાનું કે બધા જ પ્રકારનું જ્ઞાન આપણી પાસે હોવું જરૂરી નથી. એના લીધે દંભ વધી ગયો છે. એક જણ પૂછશે તને આટલીય ખબર નથી? news નથી જોતી? WhatsApp નથી વાંચતી? એટલે પેલી બિચારી ડઘાઈ જ જાય કે આને શી રીતે ખબર છે? મને કેમ ખબર નથી? એમાં સરવાળે તો કોઈનેય ખબર હોતી નથી. અહમ અને ઈર્ષ્યાનું જ પોષણ થતું હોય છે. ઓવર ઈન્ફોરમેશન અને ઓવર એનેલાઈસીસથી કન્ફ્યુઝન્સ ઉભા થાય છે. શું માનવું? કોનું માનવું? ટવીટર, યૂ ટયુબ કે ફેસબુક પર આવતા વ્યાખ્યાનો કે વોટ્સએપ પર આવતા સકારાત્મક સંદેશાઓ, આપણને બદલી શકતા નથી. પણ બદલાવ લાવવામાં મદદ જરૂર કરી શકે છે.

પાઠશાળામાં ગયા વગર કે ધર્મશાસ્ત્ર ભણ્યાવગર કર્મ એવી રીતે કરીએ જેથી કોઈકનો અધિકાર ના છીનવાય, કોઈની સ્વતંત્રતા ઉપર કાપ ના મુકાય, કોઈની સુખની શોધમાં આપણે આડે ના આવીએ, કોઈના જીવનધ્યેયની પ્રાપ્તિના પ્રયત્નમાં આપણે નડતરરૂપ ના બનીએ. જાતે જ આપણી મર્યાદાઓ સમજીએ અને જાતે જ વિકસવાનો પ્રયત્ન કરીએ. અખો કહે છે એમઃ તું જ તારો ગુરુ થા. આત્મ દીપો ભવઃ

(વિશ્રામમાં આપેલું વક્તવ્ય.)

15

બોરસલ્લીની પાનખર

હમણાં સુધા મૂર્તિની નાનકડી નવલકથા બોરસલ્લીની પાનખર વાંચી. સુધા મૂર્તિ અત્યંત જાણીતા ઈજનેર શિક્ષક તથા કન્નડ અને અંગ્રેજી ભાષાના લેખિકા છે. સાથે સાથે સમાજ સેવિકા પણ છે. તેમને સાહિત્ય અને સમાજસેવાના ક્ષેત્રમાં મળેલા અનેક સન્માનોમાં પદ્મશ્રીનું સન્માન પણ આવી જાય છે.

બોરસલ્લીની પાનખર મૂળ તેમની અંગ્રેજી નવલકથા And Gently falls bakula નો સોનલ મોદીએ ગુજરાતીમાં કરેલો ભાવાનુવાદ છે. 61 પાનાં ધરાવતી આ નવલકથા આર. આર. શેઠની કંપની દ્વારા 2006માં પ્રકાશિત થઈ છે. કિંમત રૂ. 90 છે. નવલકથાના સંદર્ભમાં સુધા મૂર્તિ કહે છે કે, પતિના અસ્તિત્વમાં ઓગળી જવાની લક્ષ્મણરેખા ક્યાં દોરવી તે સ્ત્રીએ જ નક્કી કરવાનું છે. તેમણે ભારતીય નારીગણને અર્પણ કરતાં લખ્યું છે: પતિની સફળતા માટે સર્વસ્વ ન્યોછાવર કરનાર નારીગણને.

હવે નવલકથાની વાત કરીએ તો ગાંધીનગરની હાઈસ્કૂલમાં ભણતાં સુનિલ અને સંધ્યા ભણવામાં તેજસ્વી છે. સુનિલ ગણિત અને ફિઝિક્સમાં હોશિયાર છે જ્યારે સંધ્યાને સાહિત્ય અને ઈતિહાસમાં રસ છે. બેમાંથી પ્રથમ કોણ આવશે એની હુંસાતુસી અને ચર્ચા

વિદ્યાર્થીગણનો પ્રિય વિષય છે. જિલ્લા કક્ષાની નિબંધ સ્પર્ધાનાં પરિણામના દિવસથી કથા શરૂ થાય છે. સંધ્યાને પ્રથમ પારિતોષિત મળે છે. સુનિલનો અહમ ઘવાય છે પણ મન વાળી લે છે. સુનિલ અને સંધ્યા પડોશી છે. બંને કુટુંબ નાગર છે. એમના વડવાઓના મોટા ઘર સિવાય બંને કુટુંબો ઘસાઈ ગયા છે. બે ઘરથી વચમાં બોરસલ્લીનું વૃક્ષ છે. ડાળીઓ વિશાળ જગ્યામાં ફેલાયેલી છે અને તેના પર અસંખ્ય ફૂલો બેસે છે. સુનિલને આ બોરસલ્લીના વૃક્ષ પ્રત્યે ખૂબ લગાવ છે. શરૂઆતમાં બે-ત્રણ પ્રકરણમાં જ પાત્રોનો પરિચય કરાવી દીધો છે. બંને કુટુંબો વચ્ચે ભારે દુશ્મનાવટ છે. સંધ્યાના દાદી ભારે ઝઘડાળું છે અને સુનિલની મા રોહિણી બેન સંધ્યાના દાદીને પણ સારા કહેવડાવે એવા જબરાં છે. સુનિલને એક બહેન છે જેના લગ્ન એકાદ વર્ષ પહેલાં થઈ ગયા છે. સંધ્યાના પિતા ભારે આળસું છે કશું જ કરતા નથી. ફક્ત ક્રિકેટ અને રાજકારણના સટ્ટા રમ્યાં કરે છે. એના મમ્મી કીર્તિબેન અત્યંત ભણેલા ગણેલા અને ઠરેલ વ્યક્તિ છે. એક શાળામાં શિક્ષિકા છે. એમની કમાણી પર ઘર ચાલે છે. પછી આગળ વધતી કથામાં કોઈ કૌટુંબિક ઘટના કે પ્રસંગ નોંધપાત્ર કહી શકાય એવી રીતે આવતા નથી. એક સંવેદનશીલ નારીની મનોવ્યથા કેન્દ્રસ્થાને છે જે આપણને સ્પર્શી જાય છે.

સુનિલ તેજસ્વી, દેખાવડો અને મહત્ત્વકાંક્ષી છોકરો હતો. એના મમ્મી સંધ્યા અને એનો કુટુંબ માટે જેમતેમ બોલતાં પણ એને રસ પડતો નહીં. સંધ્યા સુંદર, સૌમ્ય હતી. તેના વાળ લાંબા અને કમર સુધી પહોંચતા હતા. અંગ્રેજી અને ગુજરાતી બંને ભાષાઓ પર ફાંકડું પ્રભુત્વ ધરાવતી હતી. બંને જણ બારમા ધોરણમાં હતા પણ ક્યારેય એકબીજા સાથે વાત કરી ન હતી. બારમાનું પરિણામ આવે છે ત્યારે સંધ્યા બોર્ડમાં પ્રથમ અને સુનિલ દ્વિતીય આવે છે. શાળાનું ગૌરવ વધારતાં પરિણામના લીધે આખો માહોલ આનંદ-ઉત્સવમાં ફેરવાઈ જાય છે. સુનિલનું અભિમાન ઘવાય છે. એ એના ભાગનો આનંદ માણી શકતો નથી અને તેની માતા પણ બળતરાથી બળીને ખાખ થઈ જાય છે. રિઝલ્ટ આવ્યા પછી બંને જણા આકસ્મિક રીતે બસમાં મળી જાય છે. સંધ્યા એની નાનીને પગે લાગવા અને સુનિલ એની બહેનને મળવા

અમદાવાદ જતા હોય છે. બસમાં બંને વચ્ચે મિત્રતા શરૂ થાય છે અને સુનીલ દરરોજ સવારે જ્યારે બંનેના કુટુંબીઓ કામમાં વ્યસ્ત હોય ત્યારે બોરસલ્લીના વૃક્ષ નીચે મળવાનો પ્રસ્તાવ મૂકે છે. સંધ્યા એ સ્વીકારી લે છે. બંને જણ દરરોજ સવારે બોરસલ્લીના વૃક્ષ નીચે મળવા માંડે છે. તેમનો પ્રણય બોરસલ્લીના ફૂલની જેમ પાંગરી રહ્યો છે. સંધ્યાનો અભ્યાસ આર્ટ્સમાં સરસ રીતે ચાલી રહ્યો છે. બધાને નવાઈ લાગે છે બોર્ડમાં પ્રથમ હોવા છતાં આર્ટ્સ કેમ લીધું હશે? સુનિલને કૉલેજ ઉપરાંત આઈ. આઈ. ટી. ની પ્રવેશ પરીક્ષા માટે સાંજના વર્ગો ભરવા અમદાવાદ જવું પડતું હતું. આમ એક વર્ષ પૂરું થાય છે. સુનિલને મુંબઈની એક આઈ.આઈ.ટી.માં કોમ્પ્યુટર સાયન્સમાં પ્રવેશ મળી જાય છે. એ મુંબઈ જાય છે પણ પત્ર દ્વારા જોડાયેલા રહેવાનું વચન આપે છે. હવે એમનો પત્ર પ્રેમ શરૂ થાય છે. સુનીલની દુનિયા નવી છે, વાતાવરણ નવું છે, અનુભવો નવા છે એ બધું જ એ વિગતવાર લખે છે. સંધ્યાનાં પક્ષે કંઈ જ નવું નથી છતાં પણ એ પત્ર લખે છે અને એમાં બોરસલ્લીના નાનકડાં ફૂલો પણ મોકલે છે; જે સુનિલને ખૂબ ગમે છે. આમ સંધ્યા બે ગોલ્ડ મેડલ સાથે બી.એ. થઈ જાય છે અને અમદાવાદની કૉલેજમાં ફોર્મ ભરે છે. હવે જ્યારે સુનિલ ગાંધીનગર આવે ત્યારે એ લોકો અમદાવાદમાં જૂદી જૂદી જગ્યાએ મળતા હોય છે. સંધ્યા જ્યારે બીજા વર્ષમાં આવે છે ત્યારે એને ડર લાગે છે કે, એનું એમ.એ. તો પતી જશે પણ સુનિલને બી.ટેક થવાની વાર છે. એ વિદેશ જતો રહેશે તો?

એ દરમિયાનમાં સંધ્યાનું એમ.એ. ચાલતું હોય છે ત્યારે મહાન ઇતિહાસવિદ્ પ્રો. રાવને મળવાનું થાય છે. પ્રો. રાવ એનાથી ખૂબ પ્રભાવિત થાય છે. એક દિવસ એમના અમેરિકન મિત્ર મી. કોલિન્સ આવે છે. એમની ઓળખાણ સંધ્યા સાથે કરાવે છે. સંધ્યા એમને અમદાવાદના ઐતિહાસિક સ્થળોની મુલાકાત કરાવે છે. પ્રો. કોલિન્સ પણ ખુશ થઈ જાય છે અને કહે છે, તારે પી.એચ.ડી. તો કરવું જ જોઈએ. જો તે અમેરિકા આવશે તો તેઓ તેને સ્કોલરશીપ અપાવશે. સંધ્યા નમ્રતાથી ના પાડે છે.

પણ સુનીલ સાચો પ્રેમી પુરવાર થાય છે. એનું બી.ટેક પતે છે એવી જ એને મુંબઈમાં સોફ્ટવેર એન્જિનિયરની નોકરી મળી જાય છે. એક ભાડાનો ફ્લેટ નક્કી કરીને ગાંધીનગર આવે છે અને એના મમ્મીને સંધ્યા સાથે લગ્ન કરવાની વાત કરે છે. એના મમ્મીના માથે તો જાણે આભ તૂટી પડે છે. એક તો આ સુનિલની લગ્ન કરવાની ઉંમર ન હતી અને બીજું એમને શ્રીમંત ઘરની કન્યા જોઈતી હતી; જે ઘણું બધું દહેજ આપે. સુનિલ આગળ ખૂબ કકળાટ કરે છે કે, સાવ સાધારણ કુટુંબ અને વળી આપણું દુશ્મન એટલે નાક કપાઈ જશે પણ સુનિલ મક્કમ રહે છે અને બંને જણાના અત્યંત સાદાઈથી થોડાં કુટુંબીજનો અને સ્વજનોની હાજરીમાં લગ્ન થઈ જાય છે. બંને એકબીજાને બોરસલ્લીના ફૂલોની માળા પહેરાવે છે. સુનિલના ઘરમાં સંધ્યાનું તદ્દન શુષ્ક સ્વાગત થાય છે. રોહિણીબેન તેને રસોડામાં પણ પ્રવેશવા દેતા નથી. અને મહેણાંટોણાં માર્યા કરે છે. જેમતેમ સંધ્યા દસ દિવસ પસાર કરે છે અને પતિ સાથે મુંબઈ ઉપડી જાય છે.

અહીંથી એમનું લગ્નજીવન શરૂ થાય છે. પહેલું એક વર્ષ તો મધુરજનીની જેમ પતી જાય છે. સુનીલ એને ખૂબ પ્રેમ કરે છે. એનો ખ્યાલ પણ સારો રાખે છે. સંધ્યા સાસુને પણ દર મહિને નિયમિત પૈસા મોકલે છે પણ એમના વખાણમાં ખાસ કોઈ ફેર પડ્યો નથી. સંધ્યા એક વર્ષમાં મુંબઈમાં બરાબર ગોઠવાઈ જાય છે અને આગળ ભણવાનું નક્કી કરે છે. સુનીલને વાત કરે છે તો સુનીલ પણ વાતને વધાવી લે છે. એ લોકો આગળ વિચારે એ પહેલાં એનાં સાસુ ધડાકો કરે છે. તેઓ સુનિલ પાસે એક લાખ રૂપિયાની માંગણી કરે છે. કહે છે, મામા પાસેથી લોન પેટે લીધાં હતાં તો હવે એમને દસ દસ હજારના હપ્તામાં પાછાં જોઈએ છે. સંધ્યાને ખબર છે સાસુ જુઠ્ઠા છે પણ કંઈ બોલતી નથી. સુનિલ મુઝાઈ જાય છે. સંધ્યા નોકરી કરવાનું કહે છે. સુનિલનું મન કચવાય છે. એ સુનિલને કહે છે, હપ્તા પતી જશે પછી નોકરી છોડી દેશે અને પીએચડી કરશે. એ એના બોસને કહે છે નોકરી અપાવે છે. પૈસા એમણે ધાર્યું નહોતું એટલા જલદી મળવાથી રોહિણીબેનના મનમાં લોભ જાગે છે કે, વધારે માંગ્યા હોત તો સારું. પણ એમને ખબર નથી

એમની પુત્રવધૂ રોજ સવારે વહેલી ઊઠી, બે ટિફિનો ભરીને સાત વાગ્યે તો નીકળી જતી. સાંજે સાત વાગ્યે આવતી અને રસોઈ અને બીજું કામ આટોપતા રાત્રે દસ વાગી જતા. છેલ્લા હપ્તા વખતે રાજીનામું આપીને જ્યારે ઘેર આવે છે ત્યારે સુનિલ છેલ્લા હપ્તા સાથે પત્રમાં લખે છે કે, સંધ્યા વગર આ ઋણ પત્યું ના હોત. રોહિણીબેન ગુસ્સે થઈ જાય છે. એમાં તે શી મોટી ધાડ મારી? વાલ સોનું તો લાવી નથી.

હવે ફોર્મ ભરવાનો વિચાર કરે છે ત્યારે સુનિલને પ્રમોશન મળે છે. એ મેનેજર બની જાય છે અને એની બદલી દિલ્હી થાય છે. સંધ્યા પાછી સુનીલ સાથે દિલ્હી ઉપડી જાય છે. સુનિલની બઢતી થયા કરે છે. એમાં એને ત્રણ વર્ષ માટે અમેરિકા જવાનું થાય છે. સંધ્યાને પણ હવે જવાનું હોવાથી સંધ્યા પણ ખુશ હોય છે. જતા પહેલાં બધાને મળવા દિલ્હી જાય છે. કેટલી બધી વસ્તુઓ સાસુ માટે લઈ જાય છે પણ આભારનો એક હરફ નહીં. વળી એને જોઈને ઈર્ષાથી બળી જાય છે. અમેરિકા જતાં જ સુનિલ સંધ્યાને કહે છે, એને સતત ટ્રાવેલિંગ કરવું પડશે એટલે પોતાની ગમતી પ્રવૃત્તિ અને કંપની શોધી લેવી. સંધ્યા અહીં અમેરિકન ઈતિહાસનો અભ્યાસ શરૂ કરે છે. લાયબ્રેરી નજીકમાં જ છે. દરરોજ સુનિલ ઓફિસ જાય પછી સંધ્યા લાયબ્રેરીમાં જાય છે. પુષ્કળ વાંચે છે. એકવાર પ્રો. કોલિન્સને મળવા જાય છે. તેમની દીકરી ડોરોથીને મળે છે. એણે પીએચડી પૂરું કરી લીધું હોય છે અને આગળ અભ્યાસ માટે યુરોપની ટૂર પર જતી હોય છે. એ સંધ્યાને પોતાની સાથે આવવાનું આમંત્રણ આપે છે. એ સુનિલને પૂછે છે તો એ પણ હા પાડે છે. આમ સંધ્યા યુરોપની સંસ્કૃતિનો પરિચય પણ મેળવે છે.

હજી તો અમેરિકામાં એક વર્ષ વીત્યું નથી ત્યાં જ સુનિલને કંપનીમાં વાઈસ પ્રેસીડન્ટ શ્રી કેલકરનું અચાનક અવસાન થતાં તાત્કાલિક મુંબઈ ઓફિસમાં હાજર થવાનું કહેણ આવે છે. એ તો તરત જ મુંબઈ ઉપડી જાય છે. સંધ્યા બધુ આટોપીને થોડા અઠવાડિયા પછી મુંબઈ પહોંચે છે ત્યારે સુનિલ નવી ગાડી અને ડ્રાઈવર સાથે એને લેવા આવ્યો હોય છે. એને નવાઈ લાગે છે પણ સુનિલ કહે છે એને કંપનીનું મેનેજર પદ સોંપી દેવામાં આવ્યું હતું. એ સીધો જ એને નવા ફ્લેટમાં લઈ

જાય છે. સંધ્યા ચકિત થઈ જાય છે. એની ધારણા કરતાં ઘણો મોટો ફ્લેટ હતો. સુનિલે એને બહુ મોટી સરપ્રાઈઝ આપી દીધી હતી. પણ અહીંથી સંધ્યાનું જીવન બદલાઈ જાય છે. સુનીલ સતત કંપનીના પ્રોગ્રેસ માટે મહિનામાં 20 થી 25 દિવસ બહારગામ જ રહેતો. અને કંપનીના પ્રોગ્રેસ વિશે જ વિચારતો. સંધ્યાનું જીવન એકધાર્યું, નીરસ અને એકાંતમય થઈ જાય છે. સુનીલને એની સામે જોવાનો પણ સમય નથી. સંધ્યા એકવાર ફરિયાદ કરે છે કે પોતે એકલી પડી ગઈ છે. સુનીલ કહે છે તું નવું નવું શીખ. પીએચડી કર, કોમ્પ્યુટર ક્લાસમાં જા. એકવાર ઈન્ટરનેટ અને ઈમેલ શીખી જઈશ પછી સમય ઓછો પડશે. એ ચોખ્ખી વાત કરે છે કે એને બાળક જોઈએ છે. માટે ડૉક્ટરને બતાવવું છે. સુનીલ તરત હા પાડે છે. એ પત્નીને પ્રેમ તો કરે છે પણ લક્ષ ફંટાઈ ગયું છે. એ લોકો ડૉક્ટરને બતાવે છે. બંનેમાંથી એકેયમાં ખામી નથી. ડૉક્ટર કહે છે આમાં કોઈક વાર બાળક મોડું થાય અને કોઈક વાર ના પણ થાય. સંધ્યા બાળક દત્તક લેવાની ઇચ્છા વ્યક્ત કરે છે પણ સુનિલ ઘસીને ના પાડે છે.

છેવટે સુનીલનું કામ એટલું બધું વધી જાય છે કે સંધ્યાને પણ એની પાછળ દોડવું પડે છે. એ હંમેશાં ખડે પગે હાજરજ રહેતી. ક્યારેય પોતાના કામમાંથી છટકતી નહીં. ઈન્ટરનેટ, ઈમેલ બધું જ શીખી ગઈ હતી. સુનિલના પત્રો ફટાફટ ટાઈપ કરતી અને પ્રીન્ટ-આઉટ કાઢી લેતી. સુનીલને તો ફક્ત સહી જ કરવાની રહેતી. વિદેશથી મહેમાનો આવે એમના માટે પાટી એરેન્જ કરવાની, એમના માટે ભેટ-સોગાદો લાવવાની, શોપિંગ કરવા લઈ જવાના બધું કામ એ જ કરતી. હવે તો સાસુ પણ પ્લેનમાં વારંવાર આવતાં. પણ સંધ્યા સામે તો જોતાં પણ નહીં. સાસુનું શુષ્ક વર્તન આપણા હૃદયને સ્પર્શી જાય છે. સંધ્યા માટે એના આત્મસન્માન પર એક ઘા સમાન છે જે એને ખૂબ વેદના આપે છે.

એકવાર સુનિલ વિશ્વ પ્રવાસે ગયો હોય છે અને સંધ્યા સખત માંદી પડી જાય છે. એને હોસ્પિટલમાં દાખલ કરવી પડે છે. સુનિલનો સેક્રેટરી અને સંધ્યાની સખી નેહા તેનું ધ્યાન રાખે છે. સંધ્યા હરીશને આ વાતની

સુનિલને કહેવાથી ના પાડે છે. હરીશ એના સમર્પણભાવથી પ્રભાવીત થઈ જાય છે. આમ પણ એને ઓફિસમાં નિષ્ઠાથી દોડાદોડ કરતી જોતો હતો. એ વિચારે છે સાહેબને સત્તાનો નશો ચડી ગયો છે. એમની પાસે અલભ્ય હીરો છે અને એ કાચના ટુકડાઓ પાછળ દોડે છે.

હવે આમને આમ થોડાં પ્રસંગો બને છે જેમાં સંધ્યાની લાગણી દુભાયા કરે છે. જીવન બનાવટી અને નિરર્થક લાગે છે. એકવાર પ્રો. કોલિન્સ પણ મુંબઈ આવી જાય છે. સંધ્યાને અમેરિકા ભણવા આવવાનું આમંત્રણ આપે છે. એક દિવસ અચાનક જ સુનીલ આવીને સંધ્યાને બેગ પેક કરવાની સૂચના આપે છે કે, પોતે ત્રણ અઠવાડિયા માટે અમેરિકા જાય છે. પણ સંધ્યા એક જ રટણ રહે છે, ટ્રીપ કેન્સલ કર. હું થાકી ગઈ છું. મારે તારી પાસેથી સમય જોઈએ છે પણ સુનીલ સાંભળ્યા વગર જાતે બેગ પેક કરીને, જમ્યાં વગર જતો રહે છે. આ સમય દરમિયાન સંધ્યા અમેરિકા પીઍચડી કરવા જવાનું નક્કી કરે છે. પ્રો. કોલિન્સને મેઈલ કરે છે અને એમનો મેઈલ આવી પણ જાય છે. સુનીલ આવે છે ત્યારે કહે છે કે, હું અમેરિકા ભણવા જાવ છું અને હવે આવવાની નથી. સુનિલને જાણે કોઈએ કૈલાશ પર્વતની ટોચ પરથી ફેંકી દીધો હોય એવી લાગણી થઈ આવે છે. એ ઘણાં બધાં પ્રશ્નો પૂછી નાખે છે પણ સંધ્યા એની બેગ લઈને ઘરની બહાર નીકળી જાય છે. જોકે એને કહે છે કે મને સ્કોલરશીપ મળી ગઈ છે અને તારી પાસે આવી ત્યારે કંઈ લાવી ન હતી અને અત્યારે પણ કશું લીધાં વગર જાઉં છું.

સુનીલ વિચારે ચડી જાય છે. સંધ્યાનું મૂક સમર્પણ એની આંખ સામે તરવરી રહે છે. જિંદગીમાં એણે ક્યારેય ફરિયાદનો સૂર કાઢ્યો નથી. એ એને રોકવા બેબાકળો થઈ જાય છે અને જેવો બારણા તરફ જાય છે એવું જ બારણું ખોલીને સંધ્યા અંદર આવે છે. પહેલાં તો આશ્ચર્યમાં પડી જાય છે. પછી ગભરાઈ જાય છે તારી તબિયત સારી છે ને? સંધ્યા કહે છે જ્યારે જ્યારે એણે આગળ ભણવાનો વિચાર કર્યો છે ત્યારે અણધાર્યા પ્રસંગો બન્યા છે. આજે પણ એવું જ થયું છે. એને બે-ત્રણ દિવસ પહેલાં ઉલટીઓ થયેલી અને ડોક્ટર પાસે રિપોર્ટ્સ કરાવ્યાં હતાં. અત્યારે એરપોર્ટ પર પણ ઉલટી થઈ અને ડોક્ટરનો ફોન આવ્યો કે હું પ્રેગનન્ટ

છું. સુનીલ ખુશીનો માર્યો એને ઊંચકી લે છે. એના કોઈ પ્રમોશને તેને આટલો આનંદ આપ્યો નહોતો.

આમ અંત સુખદ છે. બે જણ ફરીથી એક થઈ જાય છે. સુનીલ એને વચન આપે છે કે એ અમેરિકાની યુનિવર્સિટી સાથે મીટીંગ કરીને અહીંથી ભણી શકે એવી સગવડ કરી આપશે અને પ્રો. કોલિન્સને મળી આવવાની છૂટ આપે છે.

બોરસલ્લીના વૃક્ષમાં જેમ પાનખર આવી અને ઋતુ બદલતા વૃક્ષ પાછું મ્હોરી ઊઠે છે એમ બે જણનો પ્રેમ પાનખરની વ્યથા ભોગવી પાછો મ્હોરી ઊઠે છે. અહીં બોરસલ્લીનું વૃક્ષ પ્રેમનું પ્રતીક બનીને આખી કથામાં ફેલાયું છે.

(વિશ્વામાં આપેલું વક્તવ્ય.)

16
મનસ્વિની

પૂ.ધીરુબેનની વાર્તા મનસ્વિની મને ખૂબ ગમી. એમનાં વહાલમાં ભીંજાવાનો અવસર મને મળ્યો છે. મારા માટે એ પ્રેરણાસ્રોત બની રહ્યાં છે. મનસ્વિની વાર્તાનો પ્રવાહ એકદમ સરળ અને હૃદયસ્પર્શી છે. છતાં તેમાં હૃદયદ્રાવક વર્ણનો કે ઘટનાઓ નથી. અત્યંત સૂક્ષ્મ સંવેદનો વાર્તાના ત્રણેય પાત્રોમાં જૂદી જૂદી રીતે ઝીલાયેલા છે. છતાંય ત્રણેયનું મનોજગત આપણને પોતિકું જ લાગે છે. વાર્તામાં એક મા છે અને બે દીકરીઓ છે. મોટી દીકરી આશા મોટી હોવા છતાં કદમાં ઘણી નાની, વાન શ્યામ અને દેખાવ સામાન્ય છે. જ્યારે નાની સુવર્ણા ખૂબ સુંદર છે. ગમે તે કપડું પહેરે તે તેના પર શોભી ઊઠે છે અને આશા ઝાંખી પડી જાય છે. ત્રણેય જણમાં અરસપરસ ખૂબ જ પ્રેમ છે. સુવર્ણા બહાર ભણવા ગઈ હતી પણ મન લાગતું નહોતું. જેમ તેમ દિવસો પસાર કરીને પરીક્ષા પતી એટલે પાછી આવી ગઈ હતી.

એ બીજી વાર ભણવા જવાનું નક્કી કરે છે અને બેગ ગોઠવતી હોય છે ત્યાંથી વાર્તા શરૂ થાય છે. માનો રુદનભર્યો કકળાટ અને આશાની લગાતાર વિનંતી સુવર્ણાનો નિર્ણય બદલી શકતાં નથી. સુવર્ણાને પશ્ચાતભૂમિમાં બનેલા બે પ્રસંગો યાદ આવે છે. આશાને એક છોકરો જોવા આવવાનો હોય છે એની તૈયારીઓ ચાલે છે જેમાં એમની ગરીબી ડોકાય છે. છોકરો જોવા આવે છે પણ જરાય ગમે તેવો નથી. એમ

બતાવવામાં આવ્યું છે. તો પણ એ છોકરાની ના આવે છે એટલે મા કહે છે કે, કંઈ વાંધો નહીં. કાકીએ બીજો છોકરો જોઈ રાખ્યો છે. આ દરમિયાનમાં એક રાત્રે સુવર્ણાને આશાનું ડૂસકું સંભળાય છે. સુવર્ણા જાગી જાય છે અને હેતથી પૂછે છે, "કેમ રડે છે?" એ ગુસ્સાથી એને હડસેલો મારી દે છે. સુવર્ણાને પહેલા તો ખ્યાલ આવતો નથી પણ પછીના એક બે પ્રસંગમાં ય આશા તરફથી મળતી ઉપેક્ષા અને અણગમો દર્શાવતું વર્તન જોઈને એ વિચારતી થઈ જાય છે કે, બે બહેનોમાં આટલો સ્નેહ હોવા છતાં આશા એનાથી અલગ કેમ પડી ગઈ? દેખીતી રીતે બધું બરાબર ચાલતું હોવા છતાં અંદરખાને કંઈક ખૂટે છે એવું સુવર્ણાને લાગ્યા કરે છે. કોઈક ક્ષણે એ મા અને કાકીની વાત સાંભળી જાય છે. કાકી માને કહેતા હોય છે "એ લોકો સુવર્ણા સાથે કરવાનો જ આગ્રહ કરે છે." મા જવાબ આપે છે. "ના, ના એમ કરું તો આશા તો રહી જ જાય. પેલા લોકોનું પણ એ જ કહેવું હતું." સુવર્ણાને તરત જ ખ્યાલ આવી જાય છે કે, જે છોકરો જોવા આવ્યો હતો એ લોકોએ પણ એવી જ માંગણી કરી હતી એટલે જ બે બહેનો વચ્ચે અદ્રશ્ય દીવાલ રચાઈ ગઈ હતી. એ તરત જ બહાર ભણવા જવાનું નક્કી કરી નાખે છે. બહેન અને બાને ખ્યાલ નથી આવતો કે સુવર્ણાએ કેમ એકાએક બહાર ભણવા જવાનું નક્કી કર્યું? એમનો સતત નહીં જવા માટેનો આગ્રહ છતાં સુવર્ણા પોતાનો નિર્ણય બદલતી નથી એટલે બા અકળાઈને કહે છે, "એ તો મનસ્વિની છે. કોઈનું ય સાંભળશે નહીં."

મનસ્વિપણું તો ખરું પણ પોતાના સ્વાર્થ માટે નહીં બલ્કે બહેનના ઉજ્જવળ ભવિષ્ય માટે ! આ રીતે વાર્તાનો અંત આપણા મન ઉપર આમીટ છાપ છોડી જાય છે.

(વિશ્વામાં ટૂંકી વાર્તા માટે.)

17

બારણું

હિમાંશીબેન શેતલ એક સમર્થ વાર્તાકાર છે. તેમની વાર્તાઓ મુખ્યત્વે નારીકેન્દ્રી હોય છે. નારીની સૂક્ષ્મ જટિલ સમસ્યાઓ આપણને એમની વાર્તામાં જોવા મળે છે. "બારણું" વાર્તા એક એવા જ પ્રકારની વાર્તા છે. એક અબુધ ગરીબ બાળાનું નાની નાની વાતોમાં ફફડી ઊઠતું મન, એક સિનેમામાં જોયેલા બાથરૂમરૂપી સ્વર્ગનો અનુભવ કરવાની લાલચ કેવું પરિણામ લાવે છે તે દર્શાવે છે. વાર્તા એક ચૌદ-પંદર વર્ષની બાળા સવલીની છે. જેની વસતિમાં સંડાસની સગવડ નથી. સ્ત્રીવર્ગ મળસ્કે ઊઠી જઈને પોતાનું નિત્યક્રમ પતાવી આવે છે. આ જ એમના જીવનનો ક્રમ છે. ગામમાંથી શહેરમાં કારખાનાની પાછળ આવેલી વસતિમાં રહેવા આવ્યા છે. વસતિનું વર્ણન અને એની પાછળ ખુલ્લામાં જવા માટે આવતો રસ્તો એટલા તો ગંદકીથી ખદબદે છે કે વર્ણન વાંચીને મન દ્રવિત થઈ જાય છે. વળી વસતિમાં અવરજવર ખૂબ છે. ગામડા જેવું નથી. વસતિમાં રહેવા આવેલી સવલી આ વાતાવરણમાં એના જેટલી છોકરીઓ સાથે હાજતે જતાં સંકોચાય છે. મા ખૂબ અકળાય છે પણ એનું મન માનતું નથી. સવલીનું મનોચિત્ર એક ગબરુ બાળા તરીકે; એ કઈ ઝીણી ઝીણી બાબતોમાં ભયભીત થઈ ઊઠે છે. તેનું વર્ણન હૃદયસ્પર્શી છે. એક દિવસ તહેવારના દિવસે રાત્રે વસતિમાં સિનેમા દેખાડવામાં આવે છે. એમાં ગુલાબી લાદીવાળો બાથરૂમ અને સાબુના ગોટેગોટામાં લપેટાયેલી પરી જેવી છોકરી એના મન પર

અમીટ છાપ છોડે છે. એ દ્રશ્ય જોઈને સવલી ચકિત થઈ જાય છે ત્યારે એની બાજુમાં બેઠેલી સેવંતી કહે છે, "બંગલાઓમાં આવા જ બાથરૂમ હોય." ત્યારે સવલી વિચારે છે કે, "એટલે જ આ સેવંતી બંગલામાં કામ કરતી લાગે છે." થોડા દિવસ પછી નજીકના મેદાનમાં મેળો ભરાયો છે. વસતિમાંથી ઘાડેઘાડા મેળામાં જાય છે. સવલીની માનું મન માનતું નથી. સેવંતી પાછળ પડે છે એટલે બે દિવસ પછી મા એને મોકલવા તૈયાર થાય છે. સવલીને તૈયાર કરીને ગોખાવે છે, "સેવંતીની આંગળી છોડતી નહીં." મેળામાં ભીડ ખૂબ હોય છે. અચાનક દોડાદોડી થાય છે, આ દોડાદોડીમાં સેવંતીનો હાથ છૂટી જાય છે. એ ગભરાઈ જાય છે. ત્યાં જ એક ભલી બાઈ એને ભીડમાંથી ખેંચી લે છે. ભલી બાઈ કટાક્ષમાં લખાયું છે. એ હિંદીમાં કહે છે, "ચાલ તને રીક્ષામાં ઘેર પહોંચાડી દઉં." સવલીને એ બાઈ ખરેખર ભલી લાગે છે અને એ રિક્ષામાં બેસી જાય છે. રિક્ષામાં બેઠા પછી પેલી બાઈ એને કહે છે, "પહેલા મારા ઘેર જઈને કહી દઈએ પછી તને મૂકી જાઉં. તને મોડું તો નથી થતું ને?" પછી એક મોટા મકાન પાસે રિક્ષા ઊભી રહે છે અને પેલી બાઈ "આવું છું" કહીને આધીપાછી થઈ જાય છે. મકાનનું વર્ણન આપણી આંખ સામે વેશ્યાગૃહ ઊભું કરી દે છે. સવલી એકલી પડે છે એને ભૂખ-તરસ અને ત્રણ દિવસથી એ હાજતે ગઈ નથી એ યાદ આવે છે. પેટમાં ગોટા વળવા માંડે છે. એ વિચારે છે કે પેલી બાઈ આવે એટલે તરત પૂછી લઉં. પછી ત્રણ દિવસની નિરાંત. એટલામાં પહેલી બાઈ આવે છે એટલે એને પૂછે છે. એ ચોકની એક દિશા તરફ આંગળી ચીંધે છે. ત્યાં મોટા બે ગુલાબી લાદીવાળા બાથરૂમ હોય છે. એને ફિલ્મમાં જોયેલ બાથરૂમ યાદ આવી જાય છે. એટલે હરખભેર અંદર જતી રહે છે. અને બારણું બંધ થઈ જાય છે.

કશું ચોખ્ખું કહેવાયું નથી. છતાંય એક પારેવા જેવી છોકરી નર્કાગારમાં ફેંકાઈ જાય છે એ વિચાર મનને દ્રવિત કરી મૂકે છે. સમાજના દૂષણો અને અભાવોને સુંદર રીતે વણી લીધાં છે.

(વિક્ષામાં ટૂંકી વાર્તા માટે.)

18
મનોપચાર

અમેરિકન લેખિકા લૂઈ હેનું બેસ્ટ સેલર પુસ્તક 'યુ કેન હીલ યોર લાઈફ'નો સંક્ષિપ્ત સારાનુવાદ में 'મનોપચાર' નામની નાનકડી પુસ્તિકા દ્વારા કરેલો અને 'વિચાર ધલાણું' પ્રકાશને 2012ના ઓગસ્ટ મહિનામાં પ્રગટ કર્યો હતો. અને ગુજરાતી સાહિત્ય પરિષદમાં 'ગ્રંથ સાથે ગોઠડી' નામે વિભાગનું સંચાલન કરતા શ્રી હરીશભાઈ ખત્રી તરફથી પુસ્તક વિશે વક્તવ્ય આપવાનું આમંત્રણ મળ્યું હતું. વક્તવ્યના કેટલાક અંશો પ્રગટ કરતા આનંદ અનુભવું છું.

પુસ્તકની શરૂઆત કરતાં 'મારી વાર્તા'માં લેખક પોતે કયા સંજોગોમાંથી પસાર થઈને કેવી રીતે આ સ્થાને પહોંચ્યા તેની માંડીને વાત કરી છે. લેખક લખે છે કે, તેઓ જ્યારે માત્ર 18 મહિનાના હતા ત્યારે એમના માતા-પિતાએ છૂટાછેડા લીધા હતા. આ વાતની તેમને ખબર હતી કારણ કે તેમનું માનવું છે કે, આ વાત તેમને વારંવાર કહેવામાં આવી હશે. માતાએ બીજા લગ્ન કરતા તેમનું મોટાભાગનું બાળપણ સાવકા બાપનો ત્રાસ અને જ્યાં જાય ત્યાં શારિરીક તથા માનસિક કનડગતમાં જ વીત્યું હતું જેથી કરીને તેમનામાં ભૂતકાળની અમુક ઘટનાઓ મનમાં ઘર કરી ગઈ હતી કે, તેઓ કશા" કામના નથી અને કશું મેળવવાની લાયકાત ધરાવતા નથી. મોટા થયા પછી સાવકા બાપાના ત્રાસથી કંટાળીને એક દિવસ માતા સાથે ઘર છોડે છે.

માતાને એક જગ્યાએ કામ અપાવીને થોડા દિવસ માટે શિકાગો જાય છે અને ત્રીસ વર્ષે પાછા ફરે છે.

ઠોકરો ખાતાં ખાતાં અને નાના મોટા કામો કરતાં કરતાં ન્યુયોર્ક જાય છે. ત્યાં ગ્લેમરની દુનિયામાં પ્રવેશે છે અને હાઈ-ફેશન મોડેલ બની જાય છે. દરમિયાન એક અંગ્રેજ સજ્જન સાથે લગ્ન કરે છે. તેમની સાથે દુનિયા ફરે છે, રોયલ્ટી મેળવે છે, પ્રેસિડન્ટ સાથે ડીનર લે છે. પણ તેમણે નોંધ્યું છે કે, આ બધું હોવા છતાં તેમનામાં આત્મ વિશ્વાસનો તો અભાવ જ હતો. લગ્નના ચૌદ વર્ષ પછી એક દિવસ તેમનો પતિ બીજા લગ્ન કરવા માટે છુટાછેડાની માંગણી મૂકે છે. એ ક્ષણે તેઓ ભાંગી પડે છે પણ પછી જેમ જેમ દિવસો જાય છે તેમ તેમ સ્વસ્થતા પ્રાપ્ત કરી લે છે. ત્યાર બાદ તેઓ પોતાનું જીવન નવેસરથી શરુ કરે છે. ચર્ચના કામમાં અને ચર્ચ દ્વારા ચાલતી પ્રવૃત્તિઓમાં જોડાય છે. ચર્ચમાં બપોરે લેક્ચર આપવાનું શરુ કરે છે. ધાર્મિક પ્રવૃત્તિમાં Full Time કાર્યરત થઈ જવાથી તેમને ખૂબ માનસિક શાંતિ મળે છે અને ચોક્કસપણે માનતા થાય છે કે, આપણે બાંધી લીધેલી માનસિક ગ્રંથીઓ આપણા શરીર પર ચોક્કસ અસર કરે છે. આધ્યાત્મિક ધોરણે કરેલી પ્રગતિથી શરીરમાં થતા રોગોમાં કેવા ફેરફાર થઈ શકે તેની સાદી નોંધરૂપે Heal Your Body નામની નાનકડી પુસ્તિકા લખે છે.

ઘણાં પ્રવચનો આપ્યા પછી એક દિવસ તેમને ગર્ભાશયના કેન્સરનું નિદાન થાય છે. સાંભળીને થોડા વિવહળ બની જાય છે. જો કે તેમના ક્લાયન્ટ્સ સાથે કાઉન્સીલીંગ કરતી વખતે અને પ્રવચનોમાં પણ માનસિક સારવારની ચર્ચા વિસ્તૃત રીતે ઉંડાણથી કરતા હોવાથી તેમને શ્રદ્ધા હોય છે કે, માનસિક સારવાર અસર કરે છે. તેઓ ડોક્ટર પાસે પૈસાની સગવડ કરવાનું બહાનું કાઢીને ત્રણ મહિનાનો સમય માંગે છે. સમય લીધા પછી તરત જ તેઓ પોતાના રોગ નિવારણની જવાબદારી ઉપાડી લે છે. કેન્સરને લગતી ઘણી બધી ચોપડીઓ ખરીદે છે. પુષ્કળ વાંચ્યા પછી પોતાના માટે એક-બે વૈકલ્પિક ઉપચાર નક્કી કરે છે. ઈશ્વરને પ્રાર્થના કરે છે કે તેમને મદદ કરે. તેઓ માનતા હતા કે દરેક જણે પોતાની જાતને પ્રેમ કરવો જોઈએ. પણ આ વાત

જેટલી કહેવામાં સરળ છે તેટલી અમલમાં મુકવી સરળ નથી. તેઓને પણ કાલથી કરીશ... કાલથી કરીશ એવું થાય છે પણ બહુ જ જલ્દી નિશ્ચય કરી લે છે કે ગમે તેટલું અઘરું લાગે પણ તે અરીસા સામે જોઈને બોલશે જ કે "લૂઈ હું તને પ્રેમ કરું છું." આ અભ્યાસના લીધે છેવટે તેમનામાં ઘર કરી ગયેલી લાગણી કે, "પોતે કંઈ જ કામના નથી અને જે કાંઈ થાય તેમાં પોતાનો દોષ છે" એવો ભાવ મનમાંથી બહાર નીકળતો જાય છે. તે યોગ્ય થેરાપીસ્ટની મદદ લે છે અને જૂનો મનમાં દબાવી લાખેલો રોષ તકિયા પર મુક્કા મારી મારીને અને અત્યંત ક્રોધાવસ્થામાં પોક મુકીને રડવા દ્વારા (થકી) કાઢી નાખે છે. તેમનું મન સાફ અને હળવું થઈ જાય છે. ધીમે ધીમે પોતાના માટેની ફરિયાદો ગાયબ થતી જાય છે અને કરુણા ઉપજતી જાય છે. બીજું અગત્યનું કામ એક સારા ન્યુટ્રીશ્યનની સલાહ લે છે. શરીર ચોખ્ખું કરવા માટે એક ચુસ્ત ચરી પાળીને અત્યંત સાદો ખોરાક અને પુષ્કળ પ્રમાણમાં લીલા શાકબાજી જે રીતે સલાહ આપવામાં આવી તેવી રીતે લીધા અને શરીરને ડીટોક્ષીફાય કરે છે.

તેમણે ઓપરેશન કરાવ્યું નહીં અને સંપૂર્ણપણે કરેલી માનસિક અને શારીરિક કાયા પલટના પરિણામે તેમના શરીરમાં કેન્સરના રોગનો એક અંશ પણ રહ્યો નહિ. છ મહિના પછી સંપૂર્ણ તબીબી તપાસ કરાવીને રોગમુક્ત છેનું પ્રમાણપત્ર મેળવી શક્યા. હવે નવેસરથી જીવન જીવવાનું નક્કી કર્યું. બધું જ સમેટીને પોતાના જન્મસ્થળ કેલિફોર્નિયામાં સ્થાઈ થવાનું નક્કી કરી લીધું. અહીં આવીને તેઓ જ્યાં પણ સામાજિક સભાઓ થતી હોય ત્યાં જવાનું શરૂ કરે છે. બધાને તેમની નાનકડી પુસ્તિકા Heal Your Body ભેટ આપે છે. આનાથી લોકો ઓળખાતા થાય છે અને પરિણામે તેમની સલાહ લેવા ક્લાયન્ટ્સ આવતા જાય છે અને ધીમે ધીમે પૂરેપૂરી રીતે લોસ એન્જલસમાં ગોઠવાઈ જાય છે.

એક દિવસ એમની બેનનો ફોન આવે છે કે, મા પડી ગઈ છે. જોઈ કે સાંભળી શકતી નથી. તેઓ માની સંભાળ લે છે. બેનને પણ અસહ્ય પીઠના દુઃખાવામાંથી છુટકારો કરાવે છે. (માનસિક અભિગમથી) મા ને

ઘેર લઈ જાય છે, મોતિયાનું ઓપરેશન કરાવે છે અને સાંભળવા માટે કાનનું મશીન લાવી આપે છે. તેનાથી મા ઘણી ખુશ થાય છે. સમય મળે ત્યારે બંને જણા ખુબ વાતો કરે છે, ઘણા ખુલાસા થાય છે અને જ્યારે થોડા વર્ષો પછી મા શાંતિપૂર્વક આ દુનિયામાંથી વિદાય થાય છે ત્યારે તેઓ મા માટે જે પણ કાંઈ કરી શક્યા તેનો આનંદ અને સંતોષ અનુભવે છે.

હવે આપણે પુસ્તક વિશે વાત કરીશું. પુસ્તક ઘણું લાંબુ છે પણ તેનો સાર મેં લગભગ 'મનોપચાર'માં સમાવી લીધો છે. પહેલા પ્રકરણમાં આપણી માન્યતા વિશે લેખક પ્રકાશ પાડે છે. આપણામાં કહેવત છે ને કે, 'વાવે તેવું લણે' એવી જ રીતે આપણે જેવી ઈચ્છ રાખીશું તે જ કુદરત આપણા તરફ મોકલશે. કુદરતને શું સાચું છે કે શું ખોટું છે તેવી સમજણ નથી. ફક્ત આપણા વિચારોનો જ સ્વીકાર કરે છે. બાળપણથી જ આપણું ભાવજગત આપણા વડિલોના વર્તન દ્વારા બંધાય છે. જો એ લોકો જ બાળકોને વારંવાર કીધા કરે કે તું કંઈ કામનો નથી, તો બાળકમાં ગ્રંથી બંધાઈ જાય છે કે તે કંઈ કામનો નથી. એટલે એને કોઈ કામમાં રસ જાગતો નથી. દુનિયાના મોટાભાગના લોકો જાત પ્રત્યે દ્વેષ અથવા ગુનાહિત લાગણીથી પીડાતા હોય છે. તેના લીધે જીવનમાં ખાલીપણાના વિચારો આવ્યા કરતા હોય છે. પણ આપણે જ આપણી જાતનું મૂલ્ય સમજવાનું છે. આપણા નકારાત્મક વિચારોને મનમાંથી બહાર કાઢી સકારાત્મક વિચારોને સ્થાન આપવાનું છે. ભૂતકાળમાં જે બન્યું હોય તેને મનમાં ભરી રાખવાની જરૂર નથી. જતું કરવાનું વલણ જીવનમાં ખૂબ જરૂરી છે. કદાચ આપણને થાય કે કેવી રીતે ભૂલાય ? પણ ભૂલવાથી જ મનના આધાતો રૂઝાવાની શરૂઆત થાય છે. આ પ્રકરણનો સાર છે આત્મશ્રદ્ધા એ શક્તિ છે. પોતાની જાત પ્રત્યેના વિશ્વાસથી જ શક્તિના સુષુપ્ત ઝરણા વહેતા થયા છે. પોતાની જાતને પ્રેમ કરવાથી વિશ્વાસ અને યોગ્યતાની લાગણી પાંગરે છે. બીજું પ્રકરણ સમસ્યા શું છે ? તેના વિશે સમજણ આપે છે. અહીં જીવનનું તત્વજ્ઞાન સમજાવ્યું છે. જીવન ખરેખર સરળ છે, જો આપણે સરળતાથી લઈએ તો આ બ્રહ્માંડ આપણે સંપૂર્ણ સાથ આપે છે, આપણે જ્યાં પણ પહોંચવું હોય ત્યાં પહોંચવામાં પણ જરૂર છે એક સંકલ્પની,

એક સ્વીકારની, નિષ્ઠાપૂર્વક કામને વળગી રહેવાની. જરાક અટકીએ પછી વાતોના વડા કરવાથી કે ખુલાસા કર્યા કરવાથી કંઈ વળે નહિં. બીજી દિશામાં વિચાર કરવાથી, આપણી જાત અને તેની અલૌકિક શક્તિઓ પ્રત્યે કૃતજ્ઞતા રાખવાથી ચમત્કારો સર્જાઈ શકે છે.

ત્રીજા પ્રકરણમાં આ માન્યતા ક્યાંથી આવે છે તેની ચર્ચા કરવામાં આવી છે. જો આપણે હંમેશા સંજોગો પ્રમાણે બદલાતા રહીશું તો વધારે સમજણ કેળવાતી જશે. વધારે ને વધારે બદલાવના વિકાસ માટે પહેલા તો આપણું મન સાફ કરવું પડે. આપણી અમુક માન્યતાઓ જે આપણાં મનમાં ઘર કરી ગઈ છે તેને બહાર કાઢીશું ત્યારે નવા વિચારો મનમાં પ્રવેશી શકશે. ઘણાંને મન સ્વચ્છ કરવાની પ્રક્રિયા પીડાદાયક લાગે છે. થોડું અઘરું પડશે પણ જો વિચારીશું કે આપણો રૂમ જ્યારે સ્વચ્છ કરવા બેસીએ છીએ ત્યારે કામ લાગે તેવી વસ્તુઓ અને ક્યારેય કામ ના લાગે તેવી વસ્તુઓ કેંકી દઈશું. એવી જ રીતે કોઈની સાથે બંધાયેલો પૂર્વગ્રહ ક્યારે ય કામમાં લાગવાનો નથી. ઉલટું યાદ આવતા પીડા જ આપવાનો છે. માટે એને મનમાંથી કાઢી નાખીએ. કોઈની સાથે કેળવેલો સદભાવ હંમેશાં યાદ રાખીએ.

ચોથા પ્રકરણમાં આપણા માટે સત્ય શું છે તેની ચર્ચા કરવામાં આવી છે. અર્ધા ભરેલા ગ્લાસની જેમ તેના બે જવાબ છે. અધી ખાલી છે? તો હા, અધી ભરેલો છે? તો પણ હા. આપણી જે કાંઈ સમસ્યા છે તે વિચારસરણીમાંથી ઉદભવે છે અને વિચારસરણી બદલી શકાય છે. કોઈપણ સમસ્યાનો સામનો આપણે કરી રહ્યા હોઈએ તો શાંતિથી એક જગ્યાએ બેસીને આપણી જાતને એ પ્રશ્ન પૂછવાથી તેનો જવાબ અવશ્ય મળે છે. કારણ કે ફરિયાદો બાહ્ય ઘોંઘાટમાંથી જન્મે છે અને જવાબ આપણને અંતઃમનમાંથી મળે છે. (એકાંતમાંથી) આપણને જો આનંદમય જીવન જોઈએ છે તો આપણે વિચારો આનંદમય રાખવા પડશે. સમૃદ્ધ જીવન જોઈતું હશે તો વિચારો પણ સમૃદ્ધ અને પ્રેમાળ જીવન જોઈતું હોય તો વિચારો પણ પ્રેમાળ હોવા જોઈએ. દરેક ક્ષણ એક નવી શરૂઆત છે. અને તે ક્ષણથી આપણે મન (વિચારો) બદલી શકીએ છીએ. ચર્ચિલ માને છે કે, કેટલાક માણસો સહજપણે આવતા

આનંદનો સ્વીકાર કરતા નથી, તેને નકારે છે. આનંદના કારણે આપણું મન સ્વચ્છ રહે છે અને શરીર નિરામય રહે છે. કપરુ કામ માણસને નથી મારી નાખતું પણ અહમ અને આળસ માણસને ખલાસ કરે છે.

પાંચમાં પ્રકરણમાં અત્યારે આપણે જે કરી રહ્યા છીએ તેમાં બદલાવ લાવવાની વાત છે. આપણે કંઈ કામ કરતા હોઈએ અને અવરોધ આવે તો અકળાઈ ઉઠીએ છીએ અને હાથ હેઠા મુકી દઈએ છીએ. ગુસ્સો સાથે તે સ્વાભાવિક બાબત છે પણ તે ક્ષણથી જ ગુસ્સો મનમાંથી કાઢીને આત્મવિશ્વાસથી બદલાવની ઈચ્છાનો સંકલ્પ લેવાનો છે. મન તો જીદ્દી છે. તરત માની જતું નથી. પણ પ્રયત્ન તો કરતા જ રહેવાનો છે. મહાન માણસો સતત પોતાની મર્યાદાના ઉંડા ને ઉંડા મૂળને નાબુદ કરવાનો પ્રયત્ન કરતા જ રહે છે. લેખકને પણ શરૂઆતમાં માન્યતા બદલવાની બહુ મુશ્કેલી પડી હતી. પણ એકવાર સંકલ્પ લઈએ એટલે અત્ર, તત્ર, સર્વત્ર ફેલાયેલી સમજણ આપણા વિચારોને પ્રતિસાદ આપે જ છે. ઉપર આપણે મૈત્રીપૂર્ણ અને પ્રેમાળ બનીશું તો જીવન પણ આપણી સાથે આ જ રીતનું વર્તન કરશે.

પ્રકરણ-6. મને અગત્યનું લાગ્યું છે. તે છે બદલાવ પ્રત્યેનો પ્રતિકાર... જાગરૂકતા એ જીવનને બદલવાનું પ્રથમ પગથિયું છે. જ્યારે આપણે કોઈ ચોક્કસ પરિસ્થિતિમાંથી પસાર થતા હોઈએ ત્યારે આપણા મનમાં કોઈ ગૂંચ પડેલી હોય છે. તે ગૂંચને મનમાંથી બહાર કાઢી નાખવી જરૂરી છે. જો આપણે એક રૂમમાંથી બીજા રૂમમાં જવું હોય તો ખુરશી પરથી ઉભા થઈને દિશામાં ડગ માંડવા પડે. ફક્ત ખુરશી પર બેસીને મનમાં વિચાર્યા કરીએ કે મારે બીજા રૂમમાં જવું છે તો તે શક્ય નથી. ઘણીવાર આપણે બદલાવ માટે નાનામાં નાનો ફેરફાર કરીએ તો આપણું મન પ્રતિકાર કરશે. એના બે ઉપાય છે, એક તો મારે બદલાવું જ છે એમ વિચારીને સમર્પિત થઈ જવું અને બીજું મન ઘણું અટકે છતાં આગળ વધવાની દિશામાં વહેતા રહેવું. એક બીજી અગત્યની વાત લેખકે કહી છે. ઘણીવાર આપણે આપણા બદલાવના વિચાર કરતાં બીજાને બદલાવાની જરૂર છે એવું વિચાર્યા કરીએ છીએ. કોણ આપણ જેવું છે તેમ શોધ્યા કરીએ છીએ. ઘણાં ક્લાયન્ટ્સ તેમની પાસે

એટલે આવતા હોય છે કે બીજા કોઈએ તેમની સાથેની બેઠક ભેટરૂપે ગોઠવી હોય છે, પણ તે કામ લાગતું નથી. આવા લોકો માનસિક રીતે બિલકુલ તૈયાર હોતા નથી અને ભાગ્યે જ બીજીવાર તેમની પાસે આવે છે. માટે કહે છે, એકવાર બદલાવનો સંકલ્પ કર્યા પછી પણ આપણને ધણું અઘરું પડે છે તેવી રીતે જ બદલાવ માટે તૈયાર જ ના હોય તેના માટે અશક્ય છે. માટે જે કરવું હોય તે આપણે જ કરવું અને આપણો અભિગમ I want to મને કરવું ગમે છે તેવો રાખવો નહિં કે I have to મારે કરવું પડે છે તેવો. તમારું સમગ્ર અસ્તીત્વ મૈત્રીથી સભર હોવું જોઈએ અને જો તમે તમારા અસ્તીત્વ સાથે મૈત્રી કેળવી શકશો તો તે પણ અનેકગણી મૈત્રીથી તમને આવકારશે.

સાતમાં પ્રકરણમાં કેવી રીતે બદલાશો, કેવી રીતે ? પર લેખક મહત્વ મૂકે છે. એમાં બે વાત અગત્યની છે. કોઈ પણ વાતને 'જવા દો' એવી ભૂલી જવાની વૃત્તિને ઉત્તેજન આપવું અને બીજું મગજ પર કેવી રીતે કાબુ રાખવો અને બીજાને માફ કરીને કેવી રીતે હળવા રહેવાય તે શીખવું. ભૂતકાળની ઘટનાને ભૂલી જાઓ. બીજા પણ ભૂલી જશે, તે પછીનું પગલું ક્ષમાભાવ છે. આપણી જાત પ્રત્યેનો ક્ષમાભાવ આપણને ભૂતકાળમાંથી મુક્ત કરે છે. શાસ્ત્રો આપણને ભાવ મૂકીને કહે છે, "ક્ષમાભાવ બધા જ પ્રશ્નોનો ઉકેલ છે." ઘણીવાર જતું નહિં કરવાની જીદ કે, "હું શું કામ જતું કરું ? મારો ક્યાં કોઈ વાંક છે ?" જે ભૂલવા માટેનો પ્રતિકાર છે જે આપણા વર્તમાનને અશાંત બનાવે છે. પ્રતિકારને ઓળંગતા શીખવાનું છે. પ્રેમ દરેક દર્દનો ઈલાજ છે. પ્રેમની પગદંડી ક્ષમાભાવ છે.

આઠમું પ્રકરણ આપણને નવું વલણ ઉભું કરવાનો સંદેશ આપે છે. આપણે જેવું જીવન જોઈએ તે વિશેના સકારાત્મક નિવેદનો કરવાનું કહે છે. ગમતી હોય તેવી વ્યક્તિને મળવાનું, ભાવતી હોય અને આનંદ આપતી હોય તેવી વાનગી ખાવાનું અને ગમતી જગ્યાએ જવાનું કહે છે, જેનાથી મન ખુશ થાય. ટામેટાના છોડનો સુંદર દાખલો છે. આપણું મન માટી છે, જે છોડ વાવીએ છીએ તે અર્ધજાગૃત મન છે. નવો સંકલ્પ તે બીજ છે. આખો ય નવો અનુભવ આ બીજમાં છે. સૂર્ય પ્રકાશરૂપી

સકારાત્મક વિચારો તેના પર પડવા દેવાથી અને નકારાત્મક વિચારોને નીંદી નાખવાથી સંકલ્પનો છોડ ફૂલેફાલે છે, જેમ બીજમાંથી અસંખ્ય ટામેટા છોડ પર બેસે છે તેમ ઈશ્વર પ્રત્યેની આસ્થા આપણને સ્વસ્થ જીવન અને વિશાળ મન રાખવા પ્રેરણા આપે છે.

પાછળના પ્રકરણોમાં રોજિંદી ક્રિયાઓ માટે સૂચનો આપેલા છે. હંમેશા આભાર માનવો, વાંચન કરવું, ગમતી પ્રવૃત્તિ કરવી અને સુપાચ્ય ભોજન લેવાની ટેવ પાડવી જોઈએ. તે ઉપરાંત આપણને જેમાં પણ રસ હોય પણ આપણે શીખી ના શક્યા હોઈએ તે નવરાશના સમયમાં શીખવાનો પ્રયત્ન કરવો જોઈએ. આપણને ગમતી પ્રવૃત્તિમાં મન કેળવવાથી ખૂબ આનંદ મળે છે. ચિત્રકામ હોય કે સંગીત કે પછી કમ્પ્યુટર હોય તરત તો શીખાય નહિં, પરંતુ મનમાં સંકલ્પ કરીએ કે હું શીખીશ અને નિષ્ઠાથી વળગી રહીશું તો આનંદ સાથે સહેલું અને સહેલું લાગતું જશે. સાથે સાથે થોડી કસરત, થોડું ધ્યાન પણ ઉમેરીશું તો અગણિત લાભ મળતા જશે. છેલ્લે રાત્રે સુતી વખતે આખા દિવસના બનાવો પર નજર કરી જવાની અને કંઈક અનિચ્છનિય બન્યું હોય તેને મનમાંથી કાઢી નાખવાથી ગાઢ નિંદ્રા આવી જશે અને દરરોજ એક નવી સવાર, નવો આનંદ, નવો સંકલ્પ...

આ પુસ્તક મને ઘણું હ્રદયસ્પર્શી લાગ્યું છે તેનું મુખ્ય કારણ, જે રીતે માનસિક અભિગમ બદલવાની વાત લેખકે કરી છે તે આધ્યાત્મિક શિક્ષણ તરફ જ જાય છે. આજે વૈકલ્પિક સારવાર જે રીતે વિકાસ પામી છે અને અગણિત લોકોને લાભ પણ થયો છે તેનું મુખ્ય કારણ માનસિક અભિગમ છે. માંદા પડવું આપણા હાથમાં નથી પરંતુ તેમાંથી બહાર નીકળવું, સ્વસ્થતા જાળવી રાખવી તે જરૂર આપણા હાથની વાત છે. પ્રત્યેક વાચક માટે માનસિક બદલાવ અને સ્વસ્થ જીવનની આશા રાખું છું.

www.ingramcontent.com/pod-product-compliance
Lightning Source LLC
Chambersburg PA
CBHW041327120726
48005CB00014B/2147